NHỮNG CHUYỆN NHÂN QUẢ

NHỮNG CHUYỆN NHÂN QUẢ

ĐẠO QUANG *dịch*

NGUYỄN MINH TIẾN *hiệu đính*

THÍCH HẢI ĐÀO

ĐẠO QUANG *dịch*

NGUYỄN MINH TIẾN *hiệu đính*

NHỮNG CHUYỆN NHÂN QUẢ

UNITED BUDDHIST PUBLISHER

NHÀ XUẤT BẢN LIÊN PHẬT HỘI

LỜI NGƯỜI DỊCH

Nhân quả là định luật căn bản xuyên suốt quá trình thành trụ hoại diệt của tất cả chúng sinh từ đời này sang đời khác, cho đến vũ trụ, vạn vật cũng không phải tuần hành, biến dịch một cách ngẫu nhiên, vô lí, mà luôn tuân theo định luật nhân quả.

Định luật này không do một đấng thần linh nào, xã hội nào đặt ra cả, mà là luật tự nhiên, âm thầm, lặng lẽ, nhưng luôn đúng đắn, chính xác, hiệu quả vô cùng.

Do đó, không phải một cách ngẫu nhiên mà đức Từ phụ Thích-ca Mâu-ni lại dạy về luật nhân quả trong hầu hết các kinh điển, và mỗi lời dạy của Ngài đều hàm chứa vô số ý nghĩa, song cũng không ngoài mục làm cho tất cả chúng sinh đều nhận ra được mối quan hệ giữa nhân duyên đời trước và quả báo đời sau của mình. Bởi một khi đã nhận hiểu được mối quan hệ đó, thì dù chúng ta làm việc gì, nói lời gì, cũng đều sẽ phải nghĩ đến kết quả tốt hay xấu mà nó mang lại. Như vậy sẽ tuyệt đối không có sự làm liều, nói ẩu, để rồi phải chịu hậu quả đau khổ trong hiện tại và tương lai.

Điều này các bạn sẽ lần lượt thấy rõ qua những câu chuyện trong tập sách nhỏ này. Ví dụ như qua câu chuyện mở đầu Tì-kheo ni Kim Sắc, hoặc quả báo kinh người của những Cá voi lớn, Quỉ đói lõa thể, Quỉ đói hình cục thịt tròn... Những câu chuyện này là tiếng đại hồng chung giữa đêm thanh vắng, cảnh tỉnh lữ khách trên đường đời để họ biết quay về nẻo chính, nương tựa Phật-đà, tu tập ba nghiệp thanh tịnh.

Mặt khác, những câu chuyện về nhân quả do chính kim khẩu đức Như Lai nói ra đã phá tan đi những tư tưởng sai lệch về nhân quả Phật giáo, trả lời thấu triệt cho những câu hỏi, những vướng mắc đã, đang và sẽ xuất hiện trong tâm thức của vô số những chúng sinh còn đang mê muội.

Chúng ta thường nghe nhiều người đặt câu hỏi: "Tại sao có những người tốt, làm lành mà bị bệnh khổ hành hạ, nghèo khổ, làm quần quật nhưng cơm không đủ ăn, áo không đủ ấm, gian truân suốt đời... Trong khi đó nhiều người xấu ác mà mỗi ngày đều được ăn sơn hào hải vị, hưởng thọ dục lạc đầy đủ, sự nghiệp ngày càng phát triển, tiền vô như nước, thân thể khỏe mạnh... Hình như luật nhân quả báo ứng không đến với những người này!" Do có những tư tưởng sai lệch, mâu thuẫn như vậy, cho nên họ sinh ra nghi ngờ, không có niềm tin, đôi khi lại hủy báng luật nhân quả.

Thật may mắn, những câu chuyện này sẽ thay chúng ta giải thích hết sức tỉ mỉ và rõ ràng; sẽ cho chúng ta thấy rằng tiến trình nhân quả có khi nhanh, khi chậm, chứ không phải lúc nào cũng đồng thời, tức khắc. Có những nhân dẫn đến quả ngay (hiện báo), song cũng có những nhân từ đời này, đến đời sau mới hình thành quả (sinh báo), hoặc có những nhân đã tạo thành nhưng phải qua nhiều đời sau mới nhận lãnh quả (hậu báo). Nhưng cho dù quả báo đến sớm hay đến muộn, chúng ta đều không thể trốn tránh được. Người xưa nói: "Thiện ác đáo đầu chung hữu báo, chỉ tranh lai tảo dữ lai trì." (Việc lành hay việc dữ đều có quả báo, chỉ khác nhau là đến sớm hay đến muộn mà thôi.)

Trong kinh Niết-bàn cũng có dạy: *"Thiện ác chi báo như ảnh tùy hình; tam thế nhân quả tuần hoàn bất thất."* (Quả báo lành, dữ như bóng theo hình, nhân quả trong ba đời xoay vần không mất).

Đã biết nhân quả theo nhau như bóng với hình, nên kể từ đây chúng ta hãy phát tâm dũng mãnh làm mới lại mình, sám hối, ăn năn những sai lầm đã phạm trước kia.

Bên cạnh đó, hãy tận dụng mọi cơ hội có thể để tích đức tu thiện, làm mọi việc lành và hồi hướng công đức về đạo Bồ-đề, về con đường giải thoát. Được như vậy thì hiện nay được an vui, hạnh phúc, mà tương lai còn được giải thoát khỏi sáu nẻo luân hồi.

Trong quá trình phiên dịch, tôi nhận thấy có một số danh từ Phật học rất khó dịch sang tiếng Việt cho trọn nghĩa, do đó đành phải giữ nguyên từ Hán Việt. Suy ta ra người, trước kia khi còn tại gia, mỗi khi đọc kinh sách gặp những danh từ Phật học mà dịch giả không chú thích, tôi thấy rất khó hiểu nhưng không biết hỏi ai, mà tra cứu thì không có thời gian cũng như phương tiện. Vì thế, trong khi phiên dịch sách này, có những danh từ Phật học nào tôi đều cố gắng chú thích bên dưới. Mặc dù biết rằng đây không phải là loại sách nghiên cứu, nhưng tôi quan niệm rằng những lời do chính kim khẩu của đức Như Lai nói ra bao giờ cũng hướng dẫn mọi người đến sự hiền thiện, làm thanh tịnh ba nghiệp, làm thăng hoa cuộc sống, thậm chí là được giải thoát khỏi sinh tử luân hồi, nối gót chư vị Bồ Tát, bước lên quả vị Phật, nên sự trình bày, giảng giải cũng không thể kém phần cẩn trọng. Với tâm nguyện đau đáu: "Xin làm những việc nhỏ bé nhất với tâm lượng rộng lớn nhất", tôi hy vọng các bạn sẽ cảm nhận được tấm lòng rộng mở của tôi qua tập sách nhỏ này.

Sau cùng, ngưỡng nguyện hồng ân Tam bảo từ bi gia hộ cho tất cả các bạn đều được thân tâm an lạc, cuộc sống hạnh phúc, và nhất là sẽ nhận hiểu được định luật nhân quả qua tập sách này.

Nguyện đem tất cả công đức hồi hướng về toàn thể pháp giới chúng sinh. Nguyện cho tất cả đều được an lành trong giáo pháp giải thoát của đức Như Lai!

Nam mô A-di-đà Phật!
Sài Gòn, mùa Vu Lan 2008
Đạo Quang cẩn chí

LỜI NÓI ĐẦU

Kinh Bách nghiệp là kinh điển bao gồm 100 câu chuyện liên quan đến nghiệp lực, chủ yếu ghi lại nhân duyên nghiệp quả giữa chúng sinh đời hiện tại và mối liên quan với đời trước. Khởi đầu nội dung, hầu hết dựa vào những việc xảy ra khi đức Như Lai còn tại thế, cho thấy có nhiều loại tướng trạng sai khác mà chúng sinh phải chịu, có người sinh ra được giàu sang phú quí, có người tướng mạo xấu xí, có người không biết tu tập, có người đắc đạo chứng quả... Thông qua việc các vị đệ tử thưa hỏi mà đức Phật Thích-ca Mâu-ni giải thích bằng cách kể rõ những nhân duyên đời trước của từng nghiệp quả, và điều này càng khẳng định rõ: "Dù trải qua trăm ngàn kiếp, nghiệp lành và nghiệp dữ đã tạo ra đều không mất, chỉ chờ hội đủ nhân duyên là phải tự chịu lấy quả báo."

Xuất xứ của tập sách này là kinh điển của Tây Tạng, do Pháp vương Tấn Mĩ Bành Thố của Tạng truyền Phật giáo truyền giảng, Sách Đạt Cát Thậm Bố phiên dịch ra Trung văn, sau đó Hiệp Hội Ấn Kinh tổ chức tuyển tập 40 mẩu chuyện đặc sắc để in lại. Trong quá trình tuyển chọn, chúng tôi có lược bỏ và thêm bớt một vài câu cho phù hợp với văn phong thời hiện đại.

Trong lời nói đầu, dịch giả Sách Đạt Cát Thậm Bố giới thiệu: "Kinh này được chuyển dịch từ tiếng Hán sang tiếng Tây Tạng vào triều đại nhà Đường." Nhưng trong Đại Tạng kinh Hán truyền tìm chưa ra bản văn bằng tiếng Hán. Khi biên tập tra cứu, chúng tôi phát hiện có những câu chuyện giống như trong Bách Dụ kinh, Tạp Bảo Tạng kinh của Đại Chính tạng. Độc giả nào có hứng thú xin đọc qua để tham khảo.

Chúng sinh được đề cập đến trong tuyển tập này có thể phân làm hai loại. Loại thứ nhất là những chúng sinh tuy sinh cùng thời với Đức Phật, song lại không có duyên học tập và thực hành phương pháp giải thoát của Phật-đà, hoặc có học tập và thực hành nhưng chưa được giải thoát. Loại thứ hai là những chúng sinh đã được giải thoát, còn chờ sự thọ ký của đức Như Lai. Ngoài ra, còn có rất nhiều sự tích hành Bồ Tát đạo của những tiền thân Đức Phật trong quá khứ.

Khi đọc về nghiệp quả của những chúng sinh loại thứ nhất, xin quí vị cần phải hết sức chú ý. Vì sao họ sinh cùng thời với đức Như Lai, lại may mắn được Ngài giáo hóa, chỉ rõ nghiệp nhân đời trước, nhưng lại không thể học tập và thực hành phương pháp giải thoát của Phật-đà, cho đến chứng quả giải thoát? Nguyên nhân chủ yếu là gì?

Nên biết rằng những chúng sinh trong các cõi địa ngục, ngạ quỉ, trước khi nghiệp xấu ác chưa tiêu trừ thì không có thời gian để học tập và thực hành phương pháp giải thoát của Phật-đà, như vậy mới hiểu được nguyên do khiến họ bị rơi vào đường ác, cho đến lúc nào có thể thoát khỏi đường ác, lúc nào có thể đạt được giải thoát chứng quả. Sau khi trải qua sự tìm hiểu sâu sắc như thế, tin rằng không cần nói nhiều cũng sẽ biết làm thế nào để không rơi vào đường ác.

Đối với loại chúng sinh thứ hai, bất luận thân phận như thế nào, gặp thuận cảnh, nghịch cảnh ra sao, đều có cơ hội gặp Đức Phật và nghe pháp, tu hành giải thoát, người đọc nên suy xét xem vì sao họ lại có nhân duyên tốt hoặc xấu như vậy? Nhân tố quan trọng nhất là gì?

Như vậy, cần phải lưu tâm trong đời quá khứ họ đã từng gây tạo nghiệp duyên gì, hoặc phát khởi nguyện lành gì mà giúp họ sinh ra đời gặp Phật, bất luận thân phận giàu sang hay nghèo hèn, mặc dù nghiệp xấu vẫn chưa hoàn toàn tiêu diệt, vẫn có khả năng được diện kiến đức Thế Tôn, hoặc gần gũi Ngài để học tập và thực hành phương pháp giải thoát, hoặc xuất gia sống đời Phạm hạnh, cho đến giải thoát khỏi sinh tử.

Khi đã hiểu rõ được nhân duyên đời trước của những chúng sinh này, nên khởi sinh tư tưởng: "Kiến hiền, tư tề yên; kiến bất hiền, nhi nội tự tỉnh dã." (Thấy ai hiền đức, nên mong muốn cố gắng cho bằng người; thấy ai chẳng hiền, nên tự suy xét đừng bắt chước theo." Như vậy mới có thể chọn lựa những hành vi đúng đắn, đặc biệt tránh tạo nghiệp nhân phải đọa vào đường xấu.

Chúng sinh trong đường ác, ngay khi đức Như Lai còn tại thế cũng không có nhân duyên học Phật pháp. Điều này là tiếng chuông cảnh tỉnh đối với tất cả chúng ta. Ngoài việc tiêu trừ, không tạo thêm nghiệp xấu ác, còn cần phải nỗ lực tích chứa nhiều nghiệp lành, thực hành lục độ. Như vậy, nếu là do những nhân xấu tạo trong quá khứ thành thục mà phải chịu quả xấu, ta cũng có thể dùng năng lượng tu tập này để đối diện, giữ vững tâm chí, tùy duyên tiêu trừ nghiệp cũ. Và nếu nhân xấu ác quá nhiều, năng lượng tu tập đời này lại chưa được vững chãi, thì ít nhất trong khi lãnh chịu nghiệp xấu đời trước ta cũng không tạo ra thêm những ác nghiệp mới. Được vậy thì sau này lúc đức Phật khác thị hiện xuống nhân gian, chắc chắn chúng ta sẽ có khả năng được thân người, gặp Phật, nghe pháp và được hóa độ.

Tuy nhiên, niềm ân hận lớn nhất của người Phật tử thời nay chính là vì lúc Phật tại thế hãy còn trầm luân, sau khi Phật diệt độ mới được thân người, vì quá nhiều nghiệp chướng nên không được thấy kim thân của Như Lai. Dù vậy, cũng xin chớ quên rằng chúng ta vẫn còn may mắn được sống trong ngôi nhà Giáo pháp giải thoát của đức Như Lai, lại có thân người khó được, đầy đủ nhân duyên đọc kinh Bách nghiệp này, lo gì không thể noi gương thánh hiền, chí thành phát nguyện, nguyện sau này khi đức Di-lặc Thế Tôn thị hiện ra đời sẽ được gần Phật để nghe pháp âm vi diệu, giải thoát khỏi sinh tử luân hồi.

Như thế thì dù nghiệp xấu gây tạo ở đời trước đã thành thục, nhưng nghiệp lành của sự phát nguyện và năng lượng tu tập cũng không vì thế mà mất đi, và khi nghiệp cũ tiêu diệt cũng chính là lúc nghiệp lành thành thục. Mong sao tất cả các vị hữu duyên đều sẽ là những người đầu tiên của Long Hoa tam hội.

TỲ- KHEO NI KIM SẮC

**Cô gái xấu xí cúng dường tháp Phật
Cảm được thân thể màu vàng ròng**

Lúc đức Như Lai ở thành Vương-xá, có người phụ nữ gia đình nghèo sinh hạ một em bé gái có 18 tướng xấu. Cha mẹ của em đều hết sức buồn rầu. Cha em nói:

- Đứa con xấu như vậy, nhân lúc trời tối, hãy đem nhận nước cho chết đi.

Người mẹ đau buồn nói:

- Chàng không nên nói như vậy, giết người là hành động trời đất không thể dung thứ, huống gì nó lại là con của chúng ta. Ít ra hãy đợi nó lớn lên, có thể tự sinh sống, rồi hãy đuổi nó ra khỏi nhà cũng không muộn.

Người chồng suy nghĩ, đồng ý.

Từ đó về sau, hai vợ chồng họ giấu kín em trong nhà, không để cho bất kì ai thấy mặt. Đến lúc em có thể tự nuôi sống lấy mình, vợ chồng họ bèn đuổi em ra khỏi nhà.

Em đi lang thang khắp đầu đường cuối xóm, xin ăn khắp nơi, nhưng ngày ngày đều cơm không đủ no, áo không đủ ấm. Em vốn dĩ tướng mạo đã xấu xí, bây giờ lại bị bệnh hủi, quả thật thống khổ không thể chịu nổi, luôn lăn lóc rên siết bên lề đường.

Thầy A-nan xem thấy tình cảnh thảm thương của em như vậy, bất chợt trong tâm cảm thấy thương xót vô cùng. Không chần chừ, thầy liền bước đến ôn hòa hỏi thăm:

- Này em bé! Em tên gì? Nhà ở đâu? Sao lại ra nông nỗi thế này?

Thần trí của em vẫn còn tỉnh táo, bèn cầu xin thầy một cách hết sức bi thương:

- Kính bạch Tôn giả! Nhất định là do chiêu cảm nghiệp xấu đời trước nên con mới bị tình cảnh như ngày hôm nay. Ngưỡng mong Tôn giả từ bi giúp con tiêu trừ nghiệp xấu này!

Thầy A-nan thương xót an ủi em:

- Em không nên lo lắng, thầy sẽ dạy em tu thiện, dùng nghiệp lành để tiêu trừ nghiệp xấu.

Thế là thầy A-nan tìm một ít dầu vừng, hương hoa, đưa cho em rồi bảo em mang đến tháp thờ tóc và móng tay của đức Như Lai để cúng dường...

Khi ấy, đúng lúc trưởng giả Cấp-cô-độc

cũng vừa đến nơi đó, thấy chuyện như vậy bèn thưa hỏi thầy A-nan. Thầy liền kể lại ngọn ngành sự việc cho ông ta nghe. Trưởng giả Cấp-cô-độc thấy quần áo của em rách nát, lòng từ bi sinh khởi, liền tặng em một bộ áo quần mới.

Đức Thích-ca Mâu-ni Như Lai quán xét biết rõ về em bé đáng thương này, bèn đích thân đến nơi tháp. Em bé xấu xí nhìn thấy kim thân đức Như Lai tam môn tịch tĩnh, tướng hảo trang nghiêm, viên mãn nghiêm sức, liền sinh khởi tín tâm cực lớn, thầm nghĩ: "Công đức mình cúng dường tháp thờ tóc và móng tay của đức Như Lai đã rất lớn, nếu hôm nay có thể cúng dường kim thân của Ngài, công đức càng không thể nghĩ bàn". Em suy nghĩ trong giây lát, liền dùng bộ áo quần trưởng giả vừa cho mình để cúng dường đức Thế Tôn. Cúng dường xong, em chắp tay cầu nguyện một cách vui mừng khôn xiết. Ngay lúc đó em qua đời với tâm đầy hoan hỉ.

Sau khi chết, em được tái sinh vào một gia đình lái buôn giàu có. Lúc vừa chào đời em đã được thân thể hết sức đoan trang xinh đẹp, da màu vàng ròng, do đó cha mẹ đặt tên là "Kim Sắc".

Năm Kim Sắc vừa tròn 7 tuổi đã sinh khởi niềm tin thanh tịnh vào Phật pháp. Khi được sự đồng ý của cha mẹ, em xuất gia sống đời tỉnh thức theo giáo pháp giải thoát của đức Thế Tôn Thích-ca Mâu-ni. Sau khi xuất gia, em ngày đêm tinh tấn tu tập, không bao lâu đã dứt hết phiền não, chứng đắc thánh quảA-la-hán, trở thành một vị A-la-hán đầy đủ thần thông.

Sau khi chứng quả, Kim Sắc dùng thần thông quán sát đời trước của mình, biết được nhờ thầy A-nan cứu mình thoát khỏi thân người bần tiện với 18 tướng xấu xí, cho nên hết sức cảm kích, ngày nào cũng cung kính cúng dường thầy.

Chúng tỳ-kheo thấy chuyện như vậy bèn đến thưa thỉnh đức Thế Tôn:

- Kính bạch đức Thế Tôn! A-la-hán Kim Sắc có nhân duyên gì mà được sinh vào gia đình giàu sang phú quí, toàn thân có màu vàng ròng? Lại vì sao khi tuổi hãy còn nhỏ mà đã có niềm tin thanh tịnh vào giáo pháp giải thoát của đức Như Lai, xuất gia chứng quả? Xin đức Thế Tôn chỉ dạy cho chúng con được rõ.

Đức Thế Tôn ôn tồn nói:

- Các con có còn nhớ cô gái với 18 tướng xấu ở thành Xá-vệ trước kia không?

- Kính bạch đức Thế Tôn! Chúng con còn nhớ! Cô ta thật hết sức xấu xí.

- Lúc cô gái ấy cúng dường tháp thờ tóc và móng tay của ta, ta đích thân đến thọ nhận. Khi vừa thấy ta, cô gái ấy liền sinh khởi tín tâm và vui mừng cực độ. Ngay trong lúc tràn đầy tín tâm và niềm vui đó, cô qua đời. Do đó, cô chuyển sinh vào gia đình lái buôn giàu sang, vừa ra đời đã có được thân thể màu vàng ròng.

Các vị tỳ-kheo lại cung kính bạch hỏi đức Như Lai:

- Kính bạch đức Thế Tôn! Thế thì trước đây cô ta từng gây tạo nghiệp xấu gì mà phải chịu quả báo bần tiện, có 18 tướng xấu như vậy?

Đức Như Lai từ tốn đáp:

- Đây là do nghiệp lực đời trước của cô ta đã thành thục. Vào thời đức Phật Ca-diếp còn tại thế, tuổi thọ con người tới 20.000 tuổi, tại vườn Lộc Dã ở Ấn Độ có người con gái của một thương gia, sinh khởi niềm tin thanh tịnh với đức Phật Ca-diếp, cũng xin cha mẹ cho cô được xuất gia sống đời tỉnh thức. Sau khi xuất gia, cô bộc lộ bản tính cứng đầu, cậy tài háo thắng, thường mắng nhiếc người khác là "người hèn", "người xấu"... Sau đó, cả đời tu hành thanh tịnh Phạm hạnh, trước khi lâm chung cô phát nguyện:

"Cả đời con xuất gia tu hành phạm hạnh, tuy chẳng có được thành tựu gì to lớn lắm, song nhờ công đức xuất gia này, hi vọng được an trú trong giáo pháp của đức Thích-ca Mâu-ni Như Lai, được Phật hoan hỉ, xuất gia tu hành chứng quả A-la-hán, và nguyện cho ác nghiệp mắng chửi người sẽ không thành thục."

Nhưng, nhân quả không hư dối, nghiệp ác mắng chửi người đó thành thục trước, khiến cô trở thành cô gái bần tiện có 18 tướng xấu. Sau đó, nguyện lành thành thục, được gặp Phật và sinh tâm tín ngưỡng, vui mừng đối với Như Lai, do đó được chuyển sinh thành cô gái có sắc thân màu vàng ròng, cuối cùng được xuất gia chứng quả A-la-hán. Đây là nhân duyên đời trước của A-la-hán Kim Sắc."

NĂM TRĂM MỤC ĐỒNG

Nô đùa chưởi mắng làm mục đồng,
Nhờ nguyện lực đắc A-la-hán

Lúc đức Như Lai ở thành Xá-vệ, quốc vương Tát-ca cung thỉnh đức Thế Tôn cùng chúng tỳ-kheo tại vườn của thái tử Kì-đà cúng dường ba tháng. Quốc vương cúng dường bằng những thực phẩm thượng hạng, như sữa tươi, sữa chua, đề hồ..., lại còn sai 500 mục đồng làm việc giúp các thầy. Sau khi thời hạn cúng dường ba tháng viên mãn, quốc vương cúng dường đức Như Lai tấm y vi diệu vô giá, lại còn cúng dường chúng tăng nhiều đồ nằm, thuốc men.

Lúc đó, 500 mục đồng không hẹn mà cùng nghĩ: "Nhất định trong đời trước quốc vương đã tu tạo được công đức rất lớn, đời này mới trở thành vị vua có quyền thế, uy vọng, lại có phước báo như vậy, đời này lại tiếp tục cúng dường Đức Phật và chúng tăng, tích chứa gieo trồng tư lương. Mà những người chúng ta, có lẽ đời trước chẳng gieo trồng nghiệp lành gì, cho nên đời này mới trở thành mục đồng, thật ra cũng nên phát tâm cúng dường chúng tăng mới đúng!"

Thế là, các em cùng quyết định góp thức ăn, nước uống để cúng dường lên đức Như Lai và tăng chúng. Sau khi tất cả đã chuẩn bị sẵn sàng, các em bèn đảnh lễ cung thỉnh đức Như Lai và chúng tăng đến thọ cúng. Đức Như Lai im lặng hoan hỉ nhận lời.

Trước giờ ngọ, đức Như Lai dẫn chúng tăng đến thọ nhận phẩm vật cúng dường, năm trăm mục đồng đem hết tâm thành kính dâng phẩm vật lên cúng dường đức Thế Tôn và chúng tăng. Sau khi cúng dường viên mãn, 500 mục đồng cùng quì xuống cầu pháp với đức Như Lai. Đức Thế Tôn quán sát căn cơ của các em, thuyết giảng những pháp thích hợp, giúp các em dùng trí tuệ kim cang phá tan 20 kiến giải Tát-ca-da, đắc quả Dự lưu.

Năm trăm mục đồng sau khi đắc quả liền phát tâm xuất gia sống đời tỉnh thức. Sau khi được sự đồng ý của quốc vương Tát-ca, các em liền cầu xin đức Thế Tôn:

- Kính bạch đức Như Lai tôn quí! Chúng con muốn được xuất gia thọ giới, sống đời phạm hạnh trong giáo pháp giải thoát của Ngài, khẩn thỉnh Ngài từ bi thương xót chấp nhận.

Đức Như Lai hoan hỉ nhận lời, còn dùng phương tiện gọi "thiện lai tỷ-kheo" làm cho tất cả đều được trọn đủ giới thể. Năm trăm mục đồng ngay tức khắc trở thành tỳ-kheo thanh tịnh, thân đắp cà-sa, tay ôm bình bát, tu trì phạm hạnh. Đức Thế Tôn lại truyền dạy giáo pháp cho họ. Các vị ai cũng tự nỗ lực tinh tấn, chẳng bao lâu phá trừ được phiền não trong Tam giới, chứng đắc quả vị A-la-hán.

Sau khi chứng quả, các vị này dùng thần thông quán sát những chúng sinh đầy đủ nhân duyên có thể điều phục và giáo hóa thì chia nhau đi điều phục và giáo hóa trước. Nhưng trong số đó có một mục đồng nữ, dù đã dùng hết mọi phương tiện mà vẫn không thể làm cho em phát khởi niềm tin thanh tịnh đối với Đức Phật. Không còn cách nào khác, các vị đành tìm cách đưa em đến gặp đức Như Lai.

Em mục đồng nữ vừa nhìn thấy 32 tướng tốt, thân màu vàng ròng của đức Thế Tôn, liền sinh tâm vui mừng khôn xiết, niềm vui này lớn hơn nhiều so với 12 năm thiền duyệt. Em nhìn xung quanh thấy ai cũng có lễ vật cúng dường, mà em chẳng có gì cả, bèn nhìn quanh tìm kiếm, thấy có đóa hoa quả-hạ-đạt-hạp bên đường đẹp quá, em không chần chừ, liền cúi xuống ngắt lấy đóa hoa mang đến cúng dường đức Như Lai, lại còn cung kính lễ bái, cầu xin Ngài ban pháp lành.

Đức Thế Tôn quán xét thấy thọ mạng của em không còn dài, nên liền thuyết giảng giáo pháp thích hợp với em. Sau khi thọ lãnh giáo pháp giải thoát của Phật-đà, mục đồng nữ trở về và không bao lâu sau mắc bệnh qua đời.

Nhờ nhân duyên em từng phát tâm hoan hỉ với đức Như Lai nên sau khi qua đời được sinh lên cõi trời, trở thành một thiên nữ rất xinh đẹp.

Thiên giới có qui định là những người sau khi sinh lên thiên giới đều phải tiến hành ba loại quán sát: Thứ nhất, quán sát đời trước của mình ở trong loài chúng sinh nào? Thứ hai, do nhân duyên như thế nào mà được sinh lên thiên giới? Thứ ba, sau này sẽ chuyển sinh đến nơi nào?

Vị thiên nữ đó quán sát biết được đời trước mình là mục đồng nữ trong loài người, nhờ căn lành hoan hỉ cúng dường hoa quả-hạ-đạt-hạp lên đức Như Lai mà được chuyển sinh làm thiên nữ. Cô ta cảm kích ân đức của Thế Tôn vô vàn, muốn đến bái kiến Ngài ngay lập tức. Do đó, cô liền mặc xiêm y vi diệu, đeo vàng bạc châu báu, cầm hoa sen xanh, hoa sen trắng, hoa mạn-đà-la... từ trên cõi trời hiện đến nơi đức Như Lai đang ngồi.

Cô chắp tay cung kính cúng dường hoa tươi, sau đó thỉnh cầu đức Thế Tôn ban pháp lành. Lần này đức Như Lai cũng tùy theo căn tính của cô mà thuyết giảng pháp lành tương ứng, giúp cô có thể dùng trí tuệ kim cang phá trừ kiến giải tát-ca-da, chứng đắc quả Dự lưu.

Sau đó, cô lại cung kính đảnh lễ đức Thế Tôn, nhiễu quanh về bên phải Ngài ba vòng rồi mới trở về thiên giới.

Lúc đó, có rất nhiều thầy tỳ-kheo vẫn còn đang tọa thiền vì tinh tấn phát nguyện tu trì không ngủ nghỉ. Các thầy thấy ánh sáng chiếu rực giữa đêm khuya thanh vắng như vậy, cho rằng có lẽ Đại Phạm thiên, trời Đế-thích, hoặc Tứ Đại thiên vương đến bái kiến đức Thế Tôn. Sáng hôm sau, các thầy liền thưa hỏi:

- Kính bạch đức Thiện Thệ! Tối hôm qua chúng con nhìn thấy ánh sáng chói rực như ban ngày, có phải Đại Phạm thiên, trời Đế-thích, hoặc Tứ Đại thiên vương đã đến hương thất của thầy?

Đức Như Lai mỉm cười đáp:

- Tất cả đều không phải. Các con còn nhớ mục đồng nữ hoan hỉ cúng dường hoa quả-hạ-đạt-hạp cho ta không?

- Bạch đức Thế Tôn! Chúng con còn nhớ!

- Vị mục đồng nữ đó phát tâm hoan hỉ cúng dường hoa cho ta, sau khi mạng chung được chuyển sinh làm thiên nữ. Vì báo đáp ân đức của ta nên tối qua đặc biệt đến bái kiến Như Lai. Sau khi ta giảng dạy phương pháp giải thoát, cô ấy đã chứng đắc quả thánh, trở về thiên giới rồi.

Các thầy tỳ-kheo liền bạch hỏi đức Như Lai:

- Kính bạch đức Thiện Thệ! Vì nhân duyên gì vị thiên nữ đó đời này sinh ra làm mục đồng bần cùng, sau đó được chuyển sinh làm thiên nữ khả ái? Nguyện đức Như Lai giảng nói nhân duyên trước sau cho chúng con được rõ.

Đức Phật nhìn đại chúng một lượt, ôn tồn nói:

-Đây là do nghiệp lực đời trước và nhân duyên đời này tạo thành. Trong Hiền kiếp này, lúc đức Phật Ca-diếp còn tại thế, tuổi thọ con người là 20.000 tuổi, có một vị tỳ-kheo ni tính tình nóng nảy, thường mắng chửi người khác là "đồ chăn bò" với tâm đầy sân hận. Song, trước khi lâm chung, vị tỳ-kheo ni ấy lại sinh tâm hổ thẹn vô cùng, liền thành tâm phát nguyện:

"Cả đời con tu hành Phạm hạnh thanh tịnh trong giáo pháp của Phật, tuy chẳng thành tựu được gì to lớn, song nguyện khi đức Phật Thích-ca Mâu-ni ra đời con sẽ được sống trong giáo pháp của Ngài, sinh tâm hoan hỉ, chứng đắc thánh quả, và nguyện cho nghiệp ác mắng chửi người sẽ không thành thục."

Đức Như Lai nói tiếp:

- Tỳ-kheo ni ác khẩu lúc đó chính là mục đồng nữ ngày nay, đây là nguyên do của nghiệp ác đời trước đã thành thục. Còn nhân duyên đời này, cô ta cúng dường Như Lai một đóa hoa quả-hạ-đạt-hạp với tâm hết sức hoan hỉ, nên được chuyển sinh làm thiên nữ, đây là quả báo của nhân duyên nghiệp lành đời này.

Các thầy tỳ-kheo lại thưa thỉnh:

- Kính bạch đức Thế Tôn! Vậy còn 500 người mục đồng kia, nhân duyên gì mà đời này tất cả đều là mục đồng? Lại vì sao sau khi gặp đức Như Lai, tất cả cùng xuất gia chứng quả A-la-hán? Ngưỡng mong đức Thế Tôn giảng nói, chúng con xin ưa muốn nghe!

Đức Như Lai từ bi nhìn khắp đại chúng một lượt rồi nói:

- Cũng trong Hiền kiếp này, khi đức Phật Ca-diếp còn tại thế, lúc đó tuổi thọ con người đến 20.000 tuổi, 500 mục đồng này đều là tỳ-kheo. Thuở ấy, trong khi nô đùa họ thường chửi mắng người khác là "đồ chăn bò". Sau đó, lúc sắp lâm chung, họ sinh tâm hối hận và cùng phát nguyện:

"Tuy ở trong giáo pháp của đức Ca-diếp Thế Tôn chúng con chẳng thành tựu và có công đức gì to lớn, chỉ mong đem chút ít công đức trì giới thanh tịnh cả đời này, nguyện vào thời đức Phật Thích-ca Mâu-ni, sẽ được sống trong giáo pháp của Ngài và xuất gia tu học, sinh tâm hoan hỉ, chứng đắc quả vị A-la-hán. Cũng mong rằng nghiệp báo của việc ác khẩu mắng chửi sẽ không thành thục."

Năm trăm thầy tỳ-kheo lúc đó chính là 500 mục đồng ngày nay. Do nghiệp báo nô đùa ác khẩu của họ thành thục, nên đời này phải sinh ra làm mục đồng, lại nhờ nguyện lực phát ra lúc sắp lâm chung cũng thành thục, cho nên đời này có khả năng gặp được đức Như Lai, sinh tâm hoan hỉ, xuất gia sống đời phạm hạnh, chứng đắc quả vị A-la-hán.

CHÀNG THANH NIÊN TRÁT-ĐỨC-ỐC

**Cúng hoa được Phật thọ ký,
Phật kể nhân thọ ký thuở trước.**

Lúc đức Như Lai ở thành Vương-xá, có 500 vị thanh niên Trát-đức-ốc thong dong tự tại, thường đi dạo trong công viên ngắm hoa, nghe chim hót, tận hưởng hương vị ngào ngạt của đất trời. Họ thường đan tất cả các loại hoa lại làm thành vòng hoa đội lên đầu, ngày ngày ung dung hưởng thụ phong cảnh thiên nhiên.

Vào buổi sáng nọ, đức Như Lai đắp y ôm bát vào thành khất thực hết sức khoan thai, an ổn, 500 vị thanh niên Trát-đức-ốc này từ xa xa đã trông thấy thân tướng sắc vàng của đức Như Lai, ngay lập tức sinh tâm hoan hỉ tột cùng, tranh nhau kéo đến cùng dường các vòng hoa lên đức Như Lai, sau đó cung kính đảnh lễ, đi nhiễu quanh về bên phải Ngài ba vòng, rồi mới quyến luyến ra đi, lòng như không muốn rời xa.

Lúc đó, đức Như Lai mỉm cười, phóng ra bốn màu hào quang trắng, đỏ, vàng, xanh, trên chiếu soi đến cõi trời, dưới đến tận địa ngục Bát hàn, Bát nhiệt. Chúng sinh trong các địa ngục ấy mỗi người tùy theo tình trạng của mình mà đều có được cảm giác lạnh hay nóng thích hợp, vô cùng thoải mái, nên tưởng rằng nghiệp báo đã hết, sắp chuyển sinh sang thế giới khác. Sau đó biết được đây là ánh sáng từ bi của đức Thế Tôn giúp tiêu trừ khổ não lạnh nóng cho họ, họ liền khởi tâm tin tưởng, vui mừng rất lớn đối với đức Thế Tôn, nhờ đó mà được chuyển sinh lên các cõi trời.

Ánh sáng từ bi của đức Thế Tôn nhiễu quanh khắp thế giới Tam thiên đại thiên ba vòng, rồi trở lại tướng lông trắng giữa chân mày. Thầy A-nan thấy vậy liền cung kính chắp tay thưa hỏi đức Như Lai:

- Kính bạch Thế Tôn! Đức Như Lai Chính Đẳng Chính Giác không bao giờ phóng quang mỉm cười một cách vô cớ, hôm nay vì nhân duyên gì Phật mỉm cười và phóng hào quang bốn màu? Ngưỡng mong Như Lai từ bi giảng nói cho chúng con được rõ, chúng con rất muốn được nghe.

Đức Như Lai từ bi bảo thầy A-nan:

- A-nan Đúng vậy, đúng vậy! Như Lai Chính Đẳng Chính Giác không mỉm cười, phóng quang khi không có nhân duyên. Hôm nay vì có 500 thanh niên Trát-đức-ốc khởi tâm tin tưởng vui mừng cúng dường hoa tươi và đi nhiễu quanh ta ba vòng, tất cả bọn họ trong 30 đại kiếp sắp đến sẽ không bị đọa lạc vào đường ác, được chuyển sinh lên thiên giới, hưởng thọ dục lạc, sau đó được chuyển sinh làm người, xuất gia sống đời tỉnh thức, tu học giáo pháp giải thoát của Phật-đà, ở riêng nơi thanh vắng, chuyên tâm thực hành Ba, đắc quả vị Bích-chi Phật, cùng có tên là Vô Nguyện Bích-chi Phật. Vì nhân duyên này, cho nên Như Lai mới đặc biệt mỉm cười, phóng quang.

Lúc đó, các thầy tỳ-kheo cung kính thưa hỏi đức Như Lai:

- Kính bạch đức Thế Tôn! Vì sao những người này lại cúng dường hoa tươi lên Phật?

Đức Như Lai đáp:

- Chư Phật đều đã từng tích tập nghiệp lành trong vô số đời trước, ta đây cũng vậy. Vốn dĩ nghiệp của tất cả chúng sinh sẽ không thành thục ở ngoài đất, nước, gió, lửa, mà thành thục ngay trong thân tâm của họ. Cho nên nói rằng: "Dù trải qua trăm ngàn kiếp, nghiệp lành và nghiệp dữ đã tạo ra đều không mất, chỉ chờ hội đủ nhân duyên sẽ phải tự chịu quả báo đó".

Cách đây khoảng hai đại a-tăng-kì kiếp, lúc đức Phật Nhiên Đăng còn tại thế, có vị quốc vương tên Nhiên Đăng cai quản đất nước theo chánh pháp, nên Phật pháp được hưng thạnh khắp cả đất nước, không có chiến tranh, tai nạn, mọi người đều được tự do tự tại, cuộc sống thảnh thơi hạnh phúc.

Ngày kia, quốc vương Nhiên Đăng chuẩn bị cung thỉnh đức Phật Nhiên Đăng vào hoàng cung cúng dường, đồng thời cũng mời quốc vương Cụ Tài Tử nước chư hầu tham gia. Vị quốc vương Cụ Tài Tử đó cũng là người hết sức giàu có, thường tổ chức các hội đại thí trong suốt 20 năm qua. Lần này ông chuẩn bị tổ chức pháp "ngũ đại cúng dường" lần cuối, nghĩa là lễ vật cúng dường gồm năm món có giá trị rất lớn. Đó là: mâm vàng, bàn tay vàng, bình vàng, 500 đồng tiền vàng và một cô gái đẹp.

Khi ấy, có hai người con trai của hai vị bà-la-môn, tên là Hiền Tuệ và Trí Tuệ, nghe tin vua Cụ Tài Tử hoan hỉ mở hội bố thí, vì muốn báo đáp công ơn dạy dỗ nhiều năm của thầy mình nên đặc biệt đến xin tài vật về cúng dường cho thầy. Trước khi hai người ấy đến, quốc vương Cụ Tài Tử nằm mộng thấy có thiên thần đến báo rằng:

- Hôm nay có hai người đến xin bố thí, một người tên Hiền Tuệ, người kia tên Trí Tuệ. Nếu bệ hạ đem phẩm vật ngũ đại cúng dường dâng cho Hiền Tuệ thì công đức sẽ hơn cả công đức bệ hạ cúng dường bố thí trong 20 năm qua.

Quốc vương Cụ Tài Tử làm theo những gì thiên thần nói, nhưng Hiền Tuệ đã phát nguyện thọ trì Phạm hạnh nên không tiếp nhận cô gái, chỉ vui vẻ thọ nhận bốn phẩm vật kia mà thôi.

Cô gái vừa nhìn thấy Hiền Tuệ đã sinh lòng yêu mến, bèn nói với anh ta:

- Quốc vương đã tặng thiếp cho chàng, vậy xin chàng hãy tiếp nhận thiếp!

Nhưng dù nói thế nào Hiền Tuệ vẫn một mực từ chối. Cô gái ấy bèn trở về nước Nhiên Đăng. Trên đường về, cô gặp một người bán hoa, liền đem hết vàng bạc châu báu mang theo trên người đưa cho ông ta, với điều kiện là mỗi ngày sẽ tới lấy một đóa hoa sen xanh để cúng dường Đức Phật.

Sau khi Hiền Tuệ nhận được bốn loại phẩm vật cúng dường lớn, liền mang đến dâng cúng cho thầy. Nhưng vị thầy chỉ nhận ba món, còn 500 đồng tiền vàng ông không nhận.

Đêm đó, Hiền Tuệ mơ thấy 10 giấc mộng khác nhau. Một là thấy mình uống nước trong biển lớn, hai là thấy mình đi lại trong không trung, ba là thấy mình cầm mặt trời, bốn là thấy mình cầm mặt trăng, năm là thấy mình được ngồi trên xe ngựa của quốc vương, sáu là thấy mình ngồi trên xe ngựa của tiên nhân, bảy là thấy mình cưỡi voi lớn, tám là thấy mình cưỡi thiên nga, chín là thấy mình cưỡi sư tử và mười là thấy mình leo lên vách đá cheo leo.

Sáng ra giật mình tỉnh dậy, cảm thấy kì lạ quá, chàng bèn đi khắp nơi tìm người giải mộng. Cuối cùng chàng đến chỗ một vị tiên nhân có đầy đủ năm phép thần thông. Vị này bảo chỉ có đức Phật Nhiên Đăng mới có thể giải nghĩa được giấc mộng này. Thế là Hiền Tuệ tức tốc đến nước Nhiên Đăng.

Cùng lúc ấy, quốc vương Cụ Tài Tử cũng dẫn theo 80.000 đại thần đến nước Nhiên Đăng.

Lúc đó, vì muốn cúng dường đức Phật Nhiên Đăng nên vào bảy ngày trước quốc vương Nhiên Đăng đã ra lệnh: "Tất cả hoa tươi trong nước đều phải đem nộp về hoàng cung để chuẩn bị cúng dường đức Phật Nhiên Đăng, không ai được trái lệnh!" Vì thế, khắp nước không ai dám để lại một đóa hoa nào.

Đây nói về cô gái đã giao hẹn trước với người bán hoa là mỗi ngày đến lấy một đóa hoa sen xanh. Khi cô đến lấy hoa, người bán hoa nói:

- Quốc vương đã có qui định nên tôi không dám để lại đóa nào cả, đều đem nộp hết rồi.

Cô gái im lặng giây lát, sau đó nói với người bán hoa một cách chắc chắn:

- Bác ra hồ xem thử, nếu cháu có duyên cúng Phật, nhất định trong hồ vẫn còn hoa sen.

Người bán hoa bán tín bán nghi ra hồ xem thử, nhưng quả thật trong hồ có bảy đóa hoa sen xanh vừa nở, ông ta liền chạy về nói cho cô gái biết:

- Kỳ lạ thật! Kỳ lạ thật! Rõ ràng bác mới hái hết rồi mà, sao lại có hoa mới nở chứ?

Cô gái bảo ông ta hái vào cho mình, song ông không dám vì sợ trái lệnh vua. Cô gái liền nói:

- Cháu sẽ bỏ hoa vào trong bình báu, không ai nhìn thấy được, bác yên tâm đi!

Thế là, người bán hoa bèn hái hoa sen vào, trao cho cô gái giấu kín trong bình, mang theo bên mình và đi thẳng vào thành.

Lúc đó, Hiền Tuệ đã đến nước Nhiên Đăng, muốn mua hoa để cúng dường Đức Phật, nhưng đi khắp thành vẫn không mua được một đóa hoa nào. Trong lúc đang thất vọng ê chề, bỗng chàng gặp lại cô gái mà quốc vương đã tặng cho mình hôm trước. Do phước đức của Hiền Tuệ nên những đóa hoa sen xanh giấu trong bình liền lộ ra. Hiền Tuệ nhìn thấy hoa liền nói với cô gái:

- Ta sẽ đưa cho nàng 500 đồng tiền vàng, nàng có thể để lại cho ta mấy đóa hoa sen xanh đó được không? Bởi ta đang cần để đến cúng dường đức Như Lai.

Cô gái suy nghĩ một lát đáp:

- Thiếp có thể để lại hoa cho chàng, nhưng thiếp không cần tiền, chỉ cần chàng hứa với thiếp một điều: Đời đời kiếp kiếp sẽ luôn chấp nhận thiếp làm vợ chàng. Bằng không, thiếp sẽ không nhường lại hoa cho chàng.

Hiền Tuệ nghe xong liền nói với cô gái một cách hết sức chân thành:

- Ta không chê bỏ nàng, nhưng cả đời ta vốn ưa thích làm việc bố thí, sau này đời đời kiếp kiếp ta cũng đều sẽ bố thí cả đến vợ, con của mình, làm sao nàng có thể chấp nhận được? Xin nàng hãy suy nghĩ lại.

38

Không chút do dự, cô gái liền đồng ý:

- Đối với hạnh nguyện bố thí của chàng, thiếp xin hứa sẽ tuyệt đối không cản trở, chỉ cần bây giờ chàng đồng ý với thiếp là được.

Hiền Tuệ liền đồng ý. Cô gái trao cho chàng 5 đóa hoa sen xanh và phát nguyện:

- Về sau, lúc nào chàng thành Phật ban pháp lành cho nhân gian thì thiếp sẽ là đệ tử của chàng. Còn trong khi chưa thành Phật thì thiếp sẽ đời đời kiếp kiếp làm vợ chàng.

Ngày đức Phật Nhiên Đăng vào hoàng cung thọ nhận cúng dường đã đến. Trong ngoài cung điện, đường lớn ngõ ngách đều được quét dọn sạch sẽ, dùng các loại hương thơm vi diệu rải khắp mặt đất, tràng phan, bảo cái được dựng lên như rừng, hết sức trang nghiêm và hoành tráng.

Đích thân quốc vương Nhiên Đăng cầm lọng báu, hướng dẫn các đại thần của mình cũng cầm lọng báu theo hầu Phật. Vua Cụ Tài Tử cùng 80.000 vị đại thần cũng đến nghinh đón đức Phật Nhiên Đăng. Vua Nhiên Đăng chắp tay đảnh lễ cung thỉnh:

- Chúng con thành tâm cung thỉnh Thế Tôn và chúng tỳ-kheo quang lâm vương cung, thọ nhận phẩm vật cúng dường!

Đức Phật Nhiên Đăng và chúng tỳ-kheo im lặng nhận lời. Trên suốt đường đi, quốc vương Nhiên Đăng tự tay cầm lọng báu đi theo một bên che cho đức Như Lai, các vị đại thần cũng đều cầm lọng báu đi theo. Lúc đó, đức Phật Nhiên Đăng biết tâm thành của họ, liền dùng Phật lực gia trì khiến cho mỗi người đều thấy mình đang được che lọng cho Phật.

Ngay khi đức Phật Nhiên Đăng bước vào cửa hoàng cung, khắp mặt đất đều chấn động và xảy ra vô số hiện tượng kỳ diệu: người mù được sáng mắt, người điếc có thể nghe, người câm có thể nói chuyện, người bị liệt có thể đi lại, người điên cuồng trở lại sáng suốt, sản phụ khó sinh được mẹ tròn con vuông, còn các chúng sinh bị vô số khổ não trói buộc khác đều được giải thoát, chim hót líu lo, các loại nhạc khí không đánh mà tự kêu, âm thanh vi diệu trầm bổng, khắp nơi hoa nở rộ...

Khi ấy, rất nhiều chúng sinh không thể kể xiết, mỗi người đều cầm hương hoa, tranh nhau kéo đến đảnh lễ cúng dường đức Phật.

Trong số người cúng dường đông đảo đó, ba người Hiền Tuệ, Trí Tuệ và cô gái kia cũng rất muốn được đến gần đức Phật Nhiên Đăng. Lúc đó, đức Phật Nhiên Đăng dùng tuệ nhãn quán sát thấy Hiền Tuệ là người có phước đức lớn nhất trong số người cúng dường, muốn cho anh ta cơ hội, liền hiện sức thần thông làm đổ xuống một trận mưa lớn.

Những người cúng dường bị mưa liền phân tán hết, Hiền Tuệ và hai người cùng đi lập tức tiến đến gần đức Như Lai. Hiền Tuệ cung kính cúng dường 5 đóa hoa sen xanh lên đức Như Lai với tâm ý hoan hỉ tột cùng. Đức Phật Nhiên Đăng dùng Phật lực gia trì làm cho 5 đóa hoa đó biến ra to lớn như bánh xe, bay lên bên trên đầu Ngài như cái lọng che và bay theo đức Phật.

Cô gái thấy vậy cũng sinh tâm vui mừng khôn tả, liền dâng hai đóa còn lại cúng dường lên Đức Phật. Đức Như Lai cũng dùng Phật lực gia trì khiến cho hoa ấy hóa thành lớn như bánh xe, bay lên ngang tai của Ngài và bay cạnh Ngài theo từng bước đi.

Khi Đức Phật Nhiên Đăng bước đi, do cơn mưa lớn vừa đổ xuống nên trên đường có chỗ quá nhiều bùn đất. Hiền Tuệ thấy vậy, sợ làm lấm chân đức Như Lai, liền không ngần ngại cúi xuống trải tóc của mình lên đất bùn và phát nguyện:

- Nếu như con có khả năng chứng quả Bồ-đề, thành tựu Chuyển bánh xe pháp, xin đức Như Lai bước lên tóc của con để đi qua.

Quả nhiên, đức Phật Nhiên Đăng liền bước lên tóc của Hiền Tuệ để đi qua.

Lúc đó, người bạn là Trí Tuệ khởi tâm tức giận, nghĩ: "Sao Đức Phật lại đối đãi với Hiền Tuệ như loài súc sinh, giẫm đạp lên tóc của anh ta mà đi, thật không đúng chút nào."

Sau đó, đức Phật Nhiên Đăng thọ ký cho Hiền Tuệ:

- Sau này con sẽ được giải thoát, thành tựu Vô Thượng Chính Đẳng Chính Giác, hiệu là Thích-ca Mâu-ni Phật, trở thành ngọn đèn sáng trong Ba cõi.

Sau khi thọ ký, đức Như Lai lại hiện thần thông bay lên không trung cao khoảng 7 cây đa-la và khiến cho chỗ tóc vừa bị đạp lúc nãy của Hiền Tuệ phóng ánh sáng đồng thời mọc ra tóc mới.

Vô số người đang có mặt tận mắt chứng kiến cảnh tượng không thể nghĩ bàn đó đều sinh khởi lòng tin và tâm hoan hỉ, phát nguyện sau này sẽ trở thành đệ tử tu tập trong giáo pháp của đức Thích-ca Mâu-ni Như Lai.

Cô gái lúc ấy cũng phát nguyện rằng:

- Nhờ công đức cúng dường hoa sen lên Thế Tôn hôm nay, nguyện cho lúc đức Thích-ca Mâu-ni Thế Tôn chuyển bánh xe pháp, con trở thành nữ đệ tử Thanh văn của Ngài, còn trong suốt thời gian chàng chưa thành Phật, đời đời kiếp kiếp con đều được làm vợ chàng.

Lúc đó, chư thiên nhân thấy vậy cũng phát nguyện:

- Lúc đức Phật Thích-ca Mâu-ni chuyển bánh xe pháp, chúng con nguyện sẽ trở thành những chúng Thanh văn đầu tiên trong pháp hội của Ngài.

Số tóc được đức Phật Nhiên Đăng giẫm lên đó, quốc vương Nhiên Đăng cắt để làm kỷ niệm, quốc vương Cụ Tài Tử xin lại, đếm qua thấy có 80.000 sợi, liền phân phát cho 80.000 vị đại thần, đồng xây tháp thờ cúng.

Sau khi Hiền Tuệ được đức Phật Nhiên Đăng thọ ký, ngay tức khắc quốc vương Nhiên Đăng, quốc vương Cụ Tài Tử và rất nhiều rất nhiều tín chúng của đức Như Lai liền hoan nghinh và cúng dường chàng.

Lúc đó, Hiền Tuệ quay sang hỏi Trí Tuệ đã phát tâm như thế nào. Trí Tuệ buồn bã nói:

- Vì không đủ tín tâm nơi Như Lai, nên khi thấy đức Phật Nhiên Đăng giẫm đạp lên tóc anh, tôi đã sinh lòng tức giận.

Sau đó, cả Hiền Tuệ và Trí Tuệ cùng đảnh lễ xin đức Phật Nhiên Đăng cho phép hai chàng được xuất gia sống đời tỉnh thức trong tăng đoàn. Chẳng bao lâu, Hiền Tuệ đã tinh thông giáo điển, sau khi xả thân được chuyển sinh lên cõi trời Đâu-suất; còn Trí Tuệ do khởi tâm sân hận với Như Lai nên chưa được giải thoát.

Sau khi kể lại câu chuyện trên, đức Phật Thích-ca Mâu-ni từ hòa nói tiếp:

- Này các tỳ-kheo! Hiền Tuệ lúc đó chính là ta ngày nay, nhờ phước báo cúng dường hoa lên đức Phật Nhiên Đăng thuở trước nên ta có được đại phước báo và an lạc trong luân hồi; cũng nhờ căn lành này mà nay chứng đắc quả vị Vô Thượng Chính Đẳng Chính Giác. Lại cũng do nhân duyên thù thắng này nên sau khi chứng quả thọ nhận hoa của 500 chàng thanh niên Trát-đức-ốc.

VÔ ÚY VÀ CỔ THANH

**Hai em bé phát tâm lành,
Được đức Như Lai thọ ký.**

Lúc Đức Phật ở thành Vương-xá, một hôm Ngài đang trên đường vào thành, đi ngang qua khu rừng rậm tịch tĩnh. Trong rừng có một số mãnh thú làm người ta phải khiếp sợ. Đức Như Lai ngồi nghỉ dưới gốc cây một lát rồi lại tiếp tục đi. Thầy A-nan thấy phía trước có ngã rẽ, liền thưa hỏi đức Như Lai:

- Bạch Thế Tôn! Phía trước có ngã rẽ, một đường thì thẳng, nhưng có rất nhiều mãnh thú, sư tử; còn một đường quanh co khúc khuỷu, song tương đối an toàn. Bạch Thế Tôn, chúng ta nên đi đường nào?

Đức Như Lai đáp:

- Như Lai là bậc vô úy, không sợ điều gì cả. Chúng ta đi đường thẳng.

Thế là đức Như Lai và các vị tỳ-kheo đi theo con đường thẳng.

Lúc đó bên đường có hai em bé đang nô đùa, một em cầm trống, một em cầm cung tên, hai em thấy thân tướng trang nghiêm của đức Như Lai liền sinh tâm hoan hỉ vô cùng, nhảy nhót đến bên cạnh Ngài. Sau khi cung kính đảnh lễ đức Như Lai, hai em thưa:

- Kính bạch đức Thế Tôn! Ngài đi đường này có nhiều mãnh thú rất đáng sợ, nhưng chúng con sẽ làm thị vệ cho Ngài, bảo vệ Ngài.

Đức Như Lai mỉm cười hỏi:

- Các con bảo vệ Thế Tôn như thế nào?

Em bé cầm cái trống nói:

- Nếu mãnh thú đến, con sẽ lắc cái trống nhỏ này, làm cho chúng khiếp sợ.

Em bé cầm cung tên đưa mũi tên lên nói:

- Nếu chúng nó đến, con sẽ dương cung bắn chúng.

Đức Thích-ca Mâu-ni Như Lai nghe hai em nói vậy rất hoan hỷ, thấy hai em phát tâm thanh tịnh, tích chứa phước đức và trí tuệ viên mãn, Ngài nói:

- Các con rất ngoan! Nhưng các con không cần bảo vệ cho ta. Chỉ riêng sự phát tâm đó đã giúp các con được đầy đủ phước đức, hãy trở về nhà đi!

Lúc đó, đức Thế Tôn mỉm cười phóng hào quang. Sau khi chiếu sáng khắp thế giới Tam thiên đại thiên, hào quang ấy trở lại chui vào tướng lông trắng giữa chân mày của Phật.

Thầy A-nan thấy Phật hiện tướng hy hữu như vậy liền chắp tay thưa hỏi:

- Kính bạch đức Thế Tôn! Hôm nay vì nhân duyên gì đức Như Lai lại mỉm cười và phóng hào quang?

Đức Thế Tôn mỉm cười nhìn thầy A-nan đáp:

- Vừa rồi hai em bé hồn nhiên hoạt bát đó sinh tâm hoan hỉ thanh tịnh với ta, nhờ phước lành ấy nên trong 30 đại kiếp sắp tới đều được chuyển sinh trong hàng trời người, hưởng thọ phước lạc chốn nhân thiên. Cuối cùng các em lại chuyển sinh làm người, xuất gia tu hành, ở nơi vắng vẻ một mình tu tập 37 phẩm trợ đạo, chứng đắc quả vị Độc giác. Trong đó một em tên là Vô Úy Độc giác, còn em kia tên Cổ Thanh Độc giác. Vì nhân duyên tốt đẹp ấy nên ta mới mỉm cười và phóng quang.

ĐỒNG TỬ BẢO HẢI

Tu sửa cúng dường tháp Phật,
Cảm được kho báu tràn đầy.

Lúc đức Như Lai ở thành Vương-xá, trong thành có một vị phú ông rất giàu có, tài sản tương đương với Đa văn thiên tử. Ông cùng vợ có một cuộc sống hạnh phúc mỹ mãn.

Sau khi vợ ông mang thai, tự nhiên xuất hiện rất nhiều điềm lạ, như trong nhà bỗng dưng xuất hiện nhiều đồ trang sức, cờ báu, lọng báu..., hoa nở rộ khắp nơi, hương thơm ngào ngạt, giường ngủ cũng biến thành giường báu của chư thiên. Những điềm lành này làm cho vị phú ông rất nghi hoặc, không hiểu gì cả. Ông lo sợ rằng vợ mình bị ma nhập hoặc bị dạ-xoa làm hại.

Do đó, ông vội vàng tìm đến một thầy tướng, hỏi xem rốt cuộc thì những hiện tượng này là điềm lành hay dữ? Vị thầy tướng sau khi xem xong liền nói:

- Đây chẳng phải tai họa gì đâu, mà là do phước đức của thai nhi mới xuất hiện ra những tướng lành này. Ông không nên lo lắng.

Nghe vị thầy tướng nói thế, ông phú hộ mới yên tâm phần nào.

Sau 10 tháng mang thai, người vợ phú ông sinh hạ được một bé trai hết sức khả ái, tướng mạo đoan nghiêm, không giống người bình thường. Thân thể em khi sinh ra vô cùng sạch sẽ, không những chẳng dính nhau thai và máu dơ, mà trên người lại sẵn có những bảo châu, chuỗi ngọc, y phục cõi trời quý báu vô cùng...

Lúc những người hầu tắm rửa cho em, mỗi khi vừa cởi bỏ y phục trên người em ra liền tức thời xuất hiện y phục khác, khiến họ chẳng biết phải làm thế nào, chỉ còn cách để nguyên y phục và trang sức của em mà tắm rửa. Tắm rửa xong, khi những người hầu đặt em lên giường thì giường ấy lập tức biến thành giường lớn, được trang hoàng bằng trân bảo vi diệu xinh đẹp. Trên trần nhà lại xuất hiện tòa cung điện trang nghiêm, phía trên cung điện có những cờ báu, phướng báu..., bên trong cung điện có hoa tươi và hương thơm ngào ngạt, trước giường lại xuất hiện một tháp báu, trong tháp có chứa các loại vật báu, lấy hoài không hết, quả thật là hy hữu vô cùng.

Vị phú ông vui mừng không sao nói hết, liền tổ chức tiệc mừng hết sức long trọng. Bởi lúc em vừa sinh ra thì bảo châu trong nhà tự nhiên xuất hiện nhiều như nước biển, nên ông liền đặt tên cho em là đồng tử Bảo Hải.

Đồng tử Bảo Hải được tám vị nhũ mẫu nuôi nấng bằng những thức ăn bổ dưỡng, như sữa tươi, sữa chua, khô dầu... Em lớn lên rất nhanh, và mỗi khi em đi đến đâu đều có những hàng phi nhân hiện ra trải thảm đỡ chân, lại có những phi nhân, thiên nữ rải hoa cúng dường.

Lớn lên, chàng Bảo Hải tinh thông các môn học vấn thế gian như văn học, y thuật, tám loại quán sát... Cha chàng đặc biệt xây dựng bốn cung điện riêng biệt thích hợp với bốn mùa xuân, hạ, thu, đông để chàng lúc nào cũng có nơi ở thật thoải mái. Trên các cung điện ấy tự nhiên xuất hiện những cờ báu, lọng báu, lại có các thiên nữ hiện xuống cùng vui chơi. Chàng hưởng thụ cuộc sống tốt đẹp đó một cách thỏa thích.

Một hôm, chàng Bảo Hải phát khởi lòng tin lớn đối với Ba ngôi báu, tự suy nghĩ rằng: "Phước báo nhân thiên của thế gian mình đã được hưởng đầy đủ, giờ chính là lúc nên xuất gia sống đời tỉnh thức, tinh tấn tu tập giáo pháp giải thoát của Phật-đà để đoạn trừ tất cả thống khổ của sinh tử luân hồi."

Thế là chàng đem hết tài sản ra bố thí, giúp cho rất nhiều người được an lạc, sau đó đến đảnh lễ đức Như Lai xin theo Ngài xuất gia sống đời tỉnh thức. Sau khi xuất gia, đồng tử Bảo Hải đi đến bất cứ nơi đâu cũng vẫn có rất nhiều phi nhân hiện ra làm cho mặt đất bằng phẳng, dựng cờ báu, che lọng báu và vô số thiên nữ vây quanh.

Một số người xuất gia cảm thấy như vậy là không hợp lý. Họ xì xầm bàn tán với nhau:

- Tỳ-kheo Bảo Hải đã là người sống đời thoát tục, vì sao đi đến nơi nào cũng mang theo những cờ báu, lọng báu, lại có thiên nữ vây quanh. Nếu còn ham thích năm món dục thì ông ấy đến đây để làm gì?

Đồng tử Bảo Hải cũng vì chuyện này mà sinh tâm phiền não, bèn đến thưa hỏi đức Thế Tôn, cầu mong Ngài chỉ dạy cho cách đối trị như thế nào.

Đức Như Lai dạy:

- Nếu con quán xét tất cả những thứ ấy đều không cần thiết, tự nhiên chúng sẽ biến mất.

Tỳ-kheo Bảo Hải liền thực hành theo đúng lời dạy của đức Như Lai, quả nhiên tất cả đều không còn nữa. Thầy cảm thấy nhẹ nhàng thư thái, càng tinh tấn tu trì, không bao lâu sau đã đoạn trừ được hết phiền não trong Ba cõi, chứng đắc thánh quả A-la-hán.

Lúc đó, các vị tỳ-kheo liền đến thỉnh vấn đức Như Lai:

- Kính bạch đức Thế Tôn! Đồng tử Bảo Hải có nhân duyên nghiệp lành như thế nào mà được sinh vào gia đình giàu sang phú quí, tướng mạo đoan trang, trời sinh có đầy đủ các loại trang sức châu báu, khi chào đời thân thể không dơ bẩn, tự nhiên xuất hiện cung điện, bảo tháp, hoa tươi, đi đến đâu cũng đều có phi nhân và thiên nữ trải thảm, rải hoa cúng dường? Lại do nhân duyên gì phát khởi được lòng tin thanh tịnh vào Ba ngôi báu, xuất gia sống đời tỉnh thức, chứng đắc quả vị A-la-hán? Ngưỡng mong đức Như Lai từ bi giải thích cho chúng con được rõ, chúng con rất muốn nghe.

Đức Như Lai nhìn khắp đại chúng một lượt rồi nói:

- Đây là sự thành tựu nguyện lực đời trước của tỳ-kheo Bảo Hải. Trong Hiền kiếp này, vào lúc tuổi thọ con người là 20.000 tuổi, đức Phật Ca-diếp còn tại thế. Khi đó, tại vườn Lộc Dã ở Ấn Độ có một vị trưởng giả giàu có ngang với Đa văn thiên tử, có niềm tin thanh tịnh và vào Ba ngôi báu. Ông ta đặc biệt xây dựng giảng đường, cung thỉnh đức Phật Ca-diếp và toàn thể tăng chúng đến thuyết pháp và cúng dường lên chư vị đủ các loại thức ăn thơm ngon, lại còn thỉnh đức Như Lai và chư tỳ-kheo tắm rửa thay y phục, rồi thu nhặt tóc và móng tay của đức Phật Ca-diếp để xây tháp cúng dường.

Ngày nọ, có rất nhiều chim đến làm tổ trên ngọn tháp. Ông ta thấy vậy cho là bất kính, liền xây thêm một tầng lầu bên trên tháp, lại dùng các loại phướng báu, lọng báu để trang sức, bên trong dùng các loại châu báu, chuỗi ngọc quý giá để trang hoàng, trông thật trang nghiêm, xinh đẹp vô cùng. Sau đó, ông phát nguyện:

- Nhờ tất cả công đức tu tạo bảo tháp này, nguyện cho con được đời đời kiếp kiếp sinh vào gia đình giàu sang, tướng mạo đoan trang, trời sinh đầy đủ các loại bảo vật trang sức, khi chào đời thân thể không dơ bẩn, tự nhiên hiển hiện cung điện, bảo tháp, hoa tươi, bên trong bảo tháp cất chứa nhiều báu vật lấy hoài không hết, đi đến đâu cũng đều có phi nhân và thiên nữ trải thảm, rải hoa. Sau cùng, sinh khởi lòng tin thanh tịnh vào Ba ngôi báu, được xuất gia đắm mình trong pháp lành của đức Thích-ca Mâu-ni Thế Tôn, chứng đắc quả vị A-la-hán.

Đức Phật kể xong nhân duyên nghiệp lành đời trước của tỳ-kheo Bảo Hải, tất cả đại chúng đều sinh tâm hoan hỷ, đảnh lễ tin nhận.

AI CÒN MẸ XIN ĐỪNG LÀM MẸ KHÓC

Lúc đức Như Lai ở thành Xá-vệ, có người bà-la-môn kiếm sống bằng nghề xin ăn, cuộc sống gia đình hết sức túng thiếu, khốn khổ. Do đó, vợ ông cũng thường phải đi xin ăn.

Sau đó, người vợ mang thai. Song kì lạ hết sức, từ ngày đứa bé bắt đầu hình thành trong bụng bà, suốt ngày bà chẳng xin được thứ gì cả. Sau 9 tháng, bà sinh ra một đứa con trai, không những vừa ốm vừa xấu xí, lại còn bị gù lưng, nên cha mẹ liền đặt tên là Tiểu Đà Bối.

Chỉ mấy ngày sau khi sinh, do nhân duyên nghiệp lực hiện tiền, dòng sữa ngọt trong người mẹ cậu bỗng nhiên cạn khô, do đó phải dùng sữa bò cho cậu bú, song cũng rất khó xin được sữa. Nhưng vì thân này là thân cuối cùng để thọ nghiệp của cậu ta, nên khi chưa trả hết nghiệp báo thì sẽ không thể chết. Vì vậy, cha mẹ vẫn cố gắng gượng chăm sóc nuôi nấng cậu lớn lên trong cảnh dở sống dở chết như thế.

Khi cậu đã khôn lớn, một hôm cha cậu bảo:

- Gia đình mình sinh sống bằng nghề ăn xin, xưa nay hết sức vất vả rồi, bây giờ con đã lớn cũng nên bắt đầu đi xin ăn.

Thế là, Tiểu Đà Bối bắt đầu tự mình đi xin ăn. Nhưng do nghiệp lực, cậu thường xuyên chẳng xin được thứ gì, mỗi khi đói đến lả người mới miễn cưỡng xin được ít thức ăn chỉ vừa đủ để duy trì chút hơi tàn, cả thể xác và nội tâm đều thống khổ vô cùng.

Sau đó, cậu dần dần phát khởi niềm tin đối với giáo pháp giải thoát của đức Thích-ca Mâu-ni Thế Tôn. Sau khi được cha mẹ đồng ý, cậu theo một thầy tỳ-kheo xuất gia, thọ giới.

Sau khi xuất gia, mấy ngày đầu cậu cùng đi khất thực chung với thầy, cuộc sống cũng tàm tạm. Nhưng qua một thời gian, vị thầy liền bảo cậu đi hóa duyên một mình.

Thế là, Tiểu Đà Bối bắt đầu thực hành phương thức sinh hoạt của một vị tỳ-kheo thực thụ, có khi cùng đi thọ nhận cúng dường với chúng tăng, có khi vào thành hóa duyên một mình. Nhưng dù Tiểu Đà Bối có đi thọ cúng cùng với chúng tăng, cũng thường không có đủ thức ăn, trong khi các thầy tỳ-kheo khác lại được ăn uống đầy đủ. Có khi đến lượt Tiểu Đà Bối nhận cúng thì cũng vừa đúng lúc thức ăn của thí chủ không còn; hoặc nếu không như vậy thì lại gặp lúc thí chủ có việc gấp phải đi, đến chừng trở lại thì Tiểu Đà Bối đã đi qua, thí chủ mới tiếp tục cúng dường cho các tỳ-kheo phía sau. Nói chung, trong số chúng tăng thì tỳ-kheo Tiểu Đà Bối là vị có cuộc sống khốn khổ nhất.

Nhiều thầy tỳ-kheo biết được tình trạng như vậy rất thương xót, bèn đến thỉnh vấn đức Như Lai:

- Kính bạch đức Thế Tôn! Tỳ-kheo Tiểu Đà Bối thường không xin được thức ăn, có khi các thầy tỳ-kheo trước sau đều được đầy đủ, song chỉ sót lại riêng mình thầy, như vậy nên làm thế nào?

Khi ấy, đức Như Lai liền chế định thêm một điều luật rằng:

"Khi cùng đi thọ nhận cúng dường, nếu thầy tỳ-kheo phía trước chưa được thức ăn thì tỳ-kheo phía sau không được thọ nhận đồ cúng."

Mặc dầu như vậy, tỳ-kheo Tiểu Đà Bối vẫn thường không xin được thức ăn, mỗi khi vào thành hóa duyên thường phải ôm bát không trở về.

Sau đó, có hai hôm thầy quét dọn hương thất của đức Thế Tôn. Hai ngày đó thầy được ăn đầy đủ, thân thể cũng khỏe mạnh, tinh thần sảng khoái. Thầy nhân đó liền phát tâm dũng mãnh tinh tấn, tức khắc đoạn trừ tất cả phiền não, chứng đắc quả vị A-la-hán. Song, dù thầy đã chứng đắc quả A-la-hán nhưng cũng vẫn phải lãnh thọ nghiệp báo đời trước còn sót lại.

Thầy thầm nghĩ: "Hay là ngày nào mình cũng quét dọn giảng đường, cuộc sống có thể tốt hơn một chút." Nghĩ là làm, thầy liền đến nơi giảng kinh của đức Thế Tôn. Rủi thay, ngày hôm đó đã có một vị tỳ-kheo khác quét dọn trong ngoài giảng đường sạch sẽ rồi. Thầy đành phải đắp y ôm bát vào thành hóa duyên, nhưng chẳng được gì cả. Ngày hôm sau, thầy cầm chổi đi đến điện đường rất sớm, ai ngờ cũng đã có một vị tỳ-kheo quét sạch điện đường rồi, thầy đành quay gót trở về liêu.

Sau khi trở về, nghe nói trưa nay có vị đại thí chủ sẽ cúng dường đức Như Lai và chúng tăng, thầy định bụng sẽ được cùng dự cúng. Nhưng ngờ đâu thí chủ có việc gấp phải cúng dường trước thời gian đã định, vì tỳ-kheo Tiểu Đà Bối ngồi thiền nên không hay biết. Khi đức Như Lai thọ cúng xong, thí chủ cũng tức tốc ra về, hôm đó Tiểu Đà Bối lại chẳng có gì ăn.

Ngày thứ ba, thầy đặc biệt cầm chổi đến điện đường thật sớm, vừa đến nơi đã thấy có một thầy tỳ-kheo đang quét, thầy chỉ còn cách vác chổi trở về liêu. Thầy A-nan biết đã ba ngày rồi thầy Tiểu Đà Bối vẫn chưa có hạt cơm nào vào bụng, do đó giới thiệu cho thầy một vị thí chủ, tới trưa cứ việc ôm bát đến nhận cúng. Nhưng, gần đến giờ thì vị thí chủ ấy có việc phải giải quyết gấp, vội vội vàng vàng ra đi, quên dặn lại người nhà về việc trưa nay sẽ có một thầy tỳ-kheo đến nhận cúng. Do đó, lúc thầy Tiểu Đà Bối đến hóa duyên chẳng có ai để ý. Thầy A-nan vào thành hóa duyên trở về, nghe nói A-la-hán Tiểu Đà Bối vẫn chưa ăn gì, thầy thương quá liền đến bên an ủi:

- Không nên lo lắng, ngày mai chính tôi sẽ cúng dường cho thầy.

Sáng sớm ngày thứ tư, thầy A-nan ôm hai bát vào thành khất thực. Khi hóa duyên đã đầy hai bát, thầy dùng một bát, còn một bát mang về cho thầy Tiểu Đà Bối. Nhưng lúc đi đến rừng Kỳ-đà, đột nhiên có rất nhiều chó hoang nhảy xổ ra, chồm lên xô đổ và ăn sạch thức ăn trong bát. Thầy A-nan bất ngờ không biết phải làm sao, đành ôm bát không trở về.

Thầy A-nan thầm nghĩ: "Giả sử mình đi hóa duyên tiếp, thì về đến nơi cũng đã quá ngọ. Quá ngọ thì bậc A-la-hán sẽ không ăn." Như vậy, thầy Tiểu Đà Bối vẫn không có cơm ăn.

Thầy Mục-kiền-liên nghe nói đã 4 ngày rồi mà thầy Tiểu Đà Bối vẫn chưa có gì để ăn, trong lòng cảm thấy thương xót vô cùng, cũng muốn giúp thầy ấy hóa duyên.

Ngày thứ năm, thầy Mục-kiền-liên cũng mang hai bát vào thành hóa duyên. Khi nhận đầy hai bát, thầy dùng một bát, còn một bát mang về. Nhưng về đến vườn Kỳ-đà thì đột nhiên xuất hiện một bầy quạ, nhanh như chớp xà xuống ăn sạch cơm trong bát Thầy Mục-kiền-liên tự nghĩ: "Nếu vào thành hóa duyên tiếp, khi về cũng đã quá ngọ." Thầy đành ôm bát không trở về. Như vậy, thầy Tiểu Đà Bối vẫn chẳng có gì ăn.

Thầy Xá-lợi-phất nghe nói thầy Tiểu Đà Bối chịu đói đã 5 ngày rồi, liền đến chia sẻ, dự định ngày mai sẽ đi hóa duyên cho thầy.

Ngày thứ sáu, thầy Xá-lợi-phất cũng ôm hai bát vào thành hóa duyên, nhận đầy hai bát. Thầy dùng một bát, còn bát kia mang về. Nhưng vừa đến rừng Kỳ-đà, do nghiệp lực của thầy tỳ-kheo Tiểu Đà Bối quá nặng nên lại xuất hiện một bầy phi nhân giật bát chạy đi, trong nháy mắt chẳng còn thấy đâu cả. Thầy Xá-lợi-phất thấy đi hóa duyên tiếp cũng đã quá ngọ, đành ôm bát không trở về. A-la-hán Tiểu Đà Bối vẫn không có gì ăn. Thầy Xá-lợi-phất lại an ủi:

- Bất luận thế nào, ngày mai nhất định tôi sẽ cúng dường cho thầy.

Hôm sau đã là ngày thứ bảy Tiểu Đà Bối phải nhịn đói, thầy Xá-lợi-phất lại vào thành hóa duyên. Khi đã nhận đầy hai bát, thầy dùng một bát, còn bát kia mang thẳng đến liêu của tỳ-kheo Tiểu Đà Bối.

Nhưng khi ấy đột nhiên toàn bộ cửa đều bị đóng kín, không thể vào được. Thầy Xá-lợi-phất liền vận thần thông hiện vào, đánh thức thầy Tiểu Đà Bối dậy rửa mặt thọ cúng. Nhưng, thầy Tiểu Đà Bối vừa đưa tay ra, bát liền rơi xuống đất, rồi rơi thẳng xuống kim cang đại địa, là cõi nằm sâu cách mặt đất đến 40.000 do-tuần.

Thầy Xá-lợi-phất tức khắc vận thần thông lấy bát lên, rồi đưa cho thầy Tiểu Đà Bối ăn; nhưng vị này vừa múc lên muỗng thứ nhất, đưa đến miệng liền bị phi nhân giật chạy; đến muỗng thứ hai lại cũng cùng chung cảnh ngộ như muỗng thứ nhất.

Thầy Xá-lợi-phất thấy vậy thương quá nên đích thân dùng thần lực múc cơm đút cho thầy Tiểu Đà Bối ăn. Nhưng miệng thầy Tiểu Đà Bối bỗng dưng ngậm cứng lại, làm cách gì cũng không há ra được.

Thầy Xá-lợi-phất lại tiếp tục hiện thần biến muốn làm cho miệng thầy Tiểu Đà Bối há ra, song cũng đành bất lực.

Qua một lúc giằng co, mặt trời đã hơi chếch bóng, qua khỏi giờ ngọ. Lúc này, theo giới luật thì vị tỳ-kheo không được ăn gì cả, miệng thầy Tiểu Đà Bối lại mở ra được như bình thường.

Thầy Xá-lợi-phất đành chịu thua, liền hỏi thầy Tiểu Đà Bối xem có cần gì khác không. Thầy Tiểu Đà Bối đáp:

- Tôi khát nước, xin cho tôi một chút nước!

Thầy Xá-lợi-phất mang đến một bát nước, nhưng do nghiệp lực, liền có rất nhiều phi nhân hiện ra lấy tro bỏ vào bát nước, thành bát nước tro. A-la-hán Tiểu Đà Bối biết đây là nghiệp chướng đời trước của mình, bèn an nhiên uống vào một hớp nước tro, sau đó hiển thị thần biến mưa đá, sấm chớp... rồi nhập Niết-bàn. Chư tỳ-kheo đem nhục thân của thầy xây tháp cúng dường.

Sau đó, chư tỳ-kheo đến thỉnh vấn đức Như Lai:

- Kính bạch đức Thế Tôn! Thầy Tiểu Đà Bối trước đây từng gây tạo ác nghiệp gì mà trong suốt bảy ngày, dù chúng tỳ-kheo thánh tăng đã cố hết sức cũng không thể cứu được? Hơn nữa, tuy là thánh tăng A-la-hán nhưng lại nhập Niết-bàn trong trạng thái đói khát? Ngưỡng mong đức Như Lai từ bi nói rõ nhân duyên cho chúng con được rõ.

Đức Như Lai nhìn khắp đại chúng một lượt rồi nói:

- Đây đều là do sự chiêu cảm nghiệp lực đời trước của ông ấy. Tất cả nghiệp lực của chúng sinh đều không thành thục ở bên ngoài đất, nước, gió, lửa, mà thành thục ngay trong thân tâm của mình, do đó nên nói rằng: "Dù trải qua trăm ngàn kiếp, nghiệp lành, dữ đã tạo ra đều không mất, chỉ chờ hội đủ nhân duyên là phải tự nhận lấy quả báo."

Rất lâu xa về trước, có hai vợ chồng thí chủ kia, đều hoan hỉ bố thí rộng khắp. Sau khi con của họ lớn lên, người chồng qua đời, vợ ông tiếp tục làm công việc bố thí, song người con không đồng ý, nhiều lần phản đối mẹ:

- Lúc cha còn sống thường hay bố thí đã quá nhiều rồi. Chúng ta không được tiếp tục làm như vậy. Mẹ không được mang tài sản trong nhà ra cho người khác.

Song người mẹ vẫn cứ phát tâm bố thí rộng khắp như cũ. Vì thế, người con trai rất tức giận.

Một hôm, anh ta tàn nhẫn nhốt mẹ vào trong phòng, không cho bà ăn, cũng không cho uống, dự tính để cho bà phải chết đói. Mặc dầu người mẹ van xin khẩn cầu đến ba lần, song anh vẫn không bà một hớp nước, miếng cơm, cũng không thả bà ra ngoài, cứ như vậy liên tục đến 7 ngày.

Khi ấy, những bà con, bạn bè của người mẹ nghe biết được chuyện động trời đó liền kéo đến trách mắng, buộc lòng anh phải thả mẹ ra. Lúc này người mẹ chỉ còn chút hơi thở thoi thóp. Những người thân tộc liền hỏi bà:

- Bây giờ bà cần gì?

Người mẹ gắng gượng nói:

- Tôi muốn uống hớp nước!

Người con trai nghe vậy liền nghĩ: "Nếu bỏ tro vào nước, bà ấy uống vào nhất định sẽ chết ngay." Nghĩ là làm, anh ta liền bỏ tro vào nước uống của mẹ. Người mẹ vừa hớp vào liền ngạt thở và qua đời.

Này các tỳ-kheo! Người con bất hiếu lúc đó, nay chính là Tiểu Đà Bối. Bởi ông ấy đã từng dùng những thủ đoạn tàn nhẫn như vậy để sát hại mẹ, nên đã bị đọa vào địa ngục đến trăm ngàn kiếp, và khi chuyển sinh đến bất cứ nơi nào cũng đều bị chết vì đói. Tuy đời này là thân cuối cùng, không còn phải luân hồi sinh tử nữa, nhưng vẫn phải uống một hớp nước tro rồi mới nhập Niết-bàn.

Ngoài ra, cũng trong Hiền kiếp này, lúc đức Phật Ca-diếp còn tại thế, tuổi thọ con người đến 20.000 tuổi, có hai người con sinh đôi của một vị thí chủ. Khi lớn lên, cả hai đều sinh khởi niềm tin lớn vào giáo pháp của đức Ca-diếp Như Lai, nên cùng phát tâm xuất gia, trở thành đại pháp sư, được rất nhiều người cung kính cúng dường.

Trong hai anh em này, một người tâm địa thuần thiện, thường đem những thứ mình có cúng dường lại cho chúng tăng, nhất là thường xuyên cúng dường những vị xuất gia có cuộc sống tương đối khốn khó; còn người kia không những không sinh tâm tùy hỉ mà còn hết sức phản đối:

- Thầy không nên cúng dường tất cả những gì chúng ta có cho chúng tăng.

Vị pháp sư thuần thiện liền khuyên:

- Anh em chúng ta có cuộc sống sung túc, trong khi đó có rất nhiều vị tăng phải sống khốn khó, vậy làm người xuất gia đầy đủ tâm từ bi, có lý do gì mà không phát tâm cúng dường bố thí?

Vị kia phản đối không kết quả, không còn biết nói sao, liền nghĩ kế khuyên thầy tỳ-kheo thuần thiện cùng mình đi hoằng pháp ở nơi khác. Thế là, tăng chúng không còn ai cúng dường, cuộc sống trở nên khốn khó. Họ bèn cử người đến thỉnh hai vị đại pháp sư trở về.

Sau khi vị pháp sư có tâm hẹp hòi nghe xong liền tức giận, mắng chửi thậm tệ:

- Chúng tăng vì muốn được chúng tôi cúng dường mà lẩn trốn đến nơi khác cũng không chịu buông tha. Ta nguyền rủa các ông suốt ngày chẳng có gì ăn uống, cho đến phải đói khát như ngạ quỉ.

Vị pháp sư thuần thiện nghe vậy liền khuyên can:

- Thầy không nên ác khẩu chửi mắng chúng tăng như vậy, hãy thành tâm sám hối đi.

Chính vị kia sau khi nói ra lời như vậy rồi cũng thấy mình không phải, do đó sinh tâm vô cùng hối hận. Trước khi chết, thầy tha thiết phát nguyện sâu xa rằng:

- Do nhân lành tu tập trong suốt đời này, xin nguyện cho nghiệp xấu ác khẩu mắng chửi tăng chúng của con sẽ không thành thục; lại nguyện cho sau này được xuất gia sống đời tỉnh thức trong giáo pháp giải thoát của đức Thích-ca Mâu-ni Thế Tôn, sinh tâm hoan hỉ, chứng đắc quả vị A-la-hán.

Vị pháp sư hẹp hòi lúc đó, nay chính là tỳ-kheo Tiểu Đà Bối. Do quả báo ác khẩu mắng chửi tăng chúng, ông phải chịu hậu quả 500 kiếp chuyển sinh làm quỉ đói. Sau đó, dù chuyển sinh vào bất cứ cảnh giới chúng sinh nào cũng đều phải chịu nghiệp chết đói. Song nhờ nguyện lực phát ra trước khi chết, mong muốn được xuất gia sống đời tỉnh thức trong giáo pháp giải thoát của đức Thích-ca Mâu-ni Thế Tôn, chứng đắc quả vị A-la-hán, nên trong đời này Tiểu Đà Bối đã sinh khởi tâm hoan hỉ với đức Như Lai và giáo pháp giải thoát, sau khi xuất gia lại phá trừ được phiền não trong Ba cõi, chứng đắc quả vị A-la-hán.

Đức Phật kể xong nhân duyên nghiệp quả của tỳ-kheo Tiểu Đà Bối, tất cả chư tỳ-kheo đều sinh khởi niềm tin thanh tịnh vào giáo lý nhân quả, nguyện đời đời kiếp kiếp không bao giờ phạm vào các điều ác, luôn tinh tấn tu tập hết thảy các điều lành.

TÌ KHEO NI CAM-TẠNG-CA

**Năm trăm đời làm mẹ đức Như Lai,
Giảng kinh đệ nhất trong ni chúng.**

Lúc đức Như Lai trú trong khu rừng tịch tĩnh bên ngoài thành Ốc-đạt-na, có một buổi sáng khi Ngài cùng các vị tỳ-kheo ôm bát vào thành hóa duyên, bỗng xa xa về phía trước xuất hiện một người phụ nữ áo quần lam lũ, đội bình nước. Bà vừa nhìn thấy thân sắc vàng trang nghiêm 32 tướng tốt, 80 vẻ đẹp của đức Như Lai thì vui mừng vô cùng, liền bỏ bình nước xuống, cắm đầu cắm cổ chạy nhanh về hướng đức Thế Tôn, vừa chạy vừa gọi: "Con yêu! Con yêu! Con yêu của mẹ!", và bà định ôm choàng lấy đức Như Lai.

Rất nhiều thầy tỳ-kheo tiến đến cản lại, nhưng đức Như Lai bảo họ:

- Đừng ngăn cản bà ấy, nếu không bà ta sẽ thổ huyết mà chết.

Mọi người liền để yên cho bà ta tiến đến. Nhanh như chớp, bà liền choàng tay lên ôm cổ đức Như Lai, miệng vẫn cứ nói:

- Con yêu của mẹ! Con yêu của mẹ!

Đợi khi bà bình tĩnh trở lại, đức Như Lai quán sát căn cơ của bà rồi thuyết giảng giáo pháp giải thoát thích hợp, khiến cho bà có thể dùng trí tuệ kim cang phá trừ các kiến giải Tát-ca-da, chứng đắc quả Dự lưu.

Người phụ nữ ấy sau khi chứng đắc thánh quả liền quỳ xuống trước Đức Phật, chắp tay phát nguyện:

- Kính bạch đức Thế Tôn! Con xin Ngài cho phép con được xuất gia, thọ giới tỳ-kheo ni, sống đời tỉnh thức trong giáo pháp giải thoát của Ngài.

Đức Thế Tôn liền chấp thuận, sau đó đưa bà về giao cho Trưởng lão ni Ma-ha Ba-xà-ba-đề thế phát truyền giới, giảng dạy phương pháp tu tập tương ứng. Bà tinh tấn nỗ lực thực hành giáo pháp, phá trừ phiền não trong Ba cõi, chứng đắc quả vị A-la-hán.

Đức Như Lai còn đặc biệt ngợi khen bà:

- Tỳ-kheo ni Cam-tạng-ca là vị giảng nói Phật pháp đệ nhất trong giáo pháp của Như Lai và chúng tỳ-kheo ni Thanh văn.

Các vị tỳ-kheo đều thắc mắc, thưa hỏi đức Như Lai:

- Kính bạch đức Thế Tôn! Trong khi Ngài

đi hóa duyên có hàng ngàn phụ nữ đủ phước báu được gặp Ngài, song chẳng có người nào dám ôm Ngài như Cam-tạng-ca. Việc này có nhân duyên như thế nào? Xin đức Như Lai giảng nói cho chúng con được rõ, chúng con rất muốn nghe.

Đức Như Lai từ hòa nói với chúng tỳ-kheo:

- Đây là do nhân duyên nhiều đời trước. Trong suốt 500 đời trước đây, bà ấy luôn làm mẹ của ta. Sở dĩ hôm nay bà ấy làm như vậy là do tập khí đời trước còn lưu lại.

Chúng tỳ-kheo lại bạch hỏi:

- Kính bạch đức Thế Tôn! Bà ấy đã từng làm mẹ Ngài trong suốt 500 đời, sao đời này lại không tiếp tục làm mẹ Ngài?

Đức Như Lai nhìn đại chúng một lượt rồi nói:

- Đời này bà ấy không làm mẹ thầy, có hai nhân duyên. Một là vì phu nhân Ma-da từng phát nguyện khi ta thành Phật sẽ làm mẹ của ta, và nguyện lực ấy đã được thành tựu; hai là vì trong những đời trước, lúc làm mẹ ta bà ấy đã có một số hành vi không đúng chánh pháp, khiến ta sinh tâm khó chịu.

Chư tỳ-kheo lại thưa hỏi:

- Kính bạch đức Thế Tôn! Vì sao lúc đó Ngài sinh tâm khó chịu?

Đức Phật đáp:

- Đại Bồ Tát dùng tâm hoan hỉ bố thí, đầy đủ tâm xuất ly. Trong 500 đời làm mẹ ta, bà ấy thường nhân lúc ta thực hành bố thí, sinh tâm xuất ly mà tạo ra rất nhiều nghịch duyên ngăn cản, khiến ta sinh tâm khó chịu.

Chúng tỳ-kheo lại hỏi tiếp:

- Kính bạch đức Thế Tôn! Bà ấy gây tạo nghiệp gì mà đời này phải chuyển sinh làm người bần cùng, mãi đến tuổi xế chiều mới được xuất gia sống đời tỉnh thức?

Đức Phật đáp:

- Đây là nghiệp báo của các loại nghịch duyên chướng ngại khi ta bố thí và khởi tâm xuất ly trong suốt thời gian bà ấy làm mẹ ta. Nghiệp báo ấy làm cho bà sinh trong đời này phải chịu bần cùng, đến tuổi xế chiều mới được xuất gia sống đời tỉnh thức.

Chư tỳ-kheo lại hỏi:

- Bạch Thế Tôn! Vậy do nhân duyên gì mà bà ấy được xuất gia sống đời tỉnh thức trong pháp lành của đức Như Lai và chứng đắc quả vị A-la-hán, trở thành vị tỳ-kheo ni giảng nói kinh điển đệ nhất?

- Đây là do nguyện lực đời trước của bà ấy đã thành tựu. Trong Hiền kiếp này, vào lúc đức Phật Ca-diếp còn tại thế, tuổi thọ con người lên tới 20.000 tuổi, có một vị tỳ-kheo ni theo học với một vị thầy là bậc giảng nói kinh điển đệ nhất trong giáo pháp của đức Phật Ca-diếp. Sau đó, vị tỳ-kheo ni này suốt đời hành trì tịnh giới, đến lúc sắp mạng chung phát nguyện rằng:

"Con đã được sống trong pháp lành và xuất gia sống đời tỉnh thức trong giáo pháp giải thoát của đức Ca-diếp Thế Tôn, suốt đời hành trì tịnh giới, tuy không đạt được thành tựu gì to lớn, song nhờ công đức đó xin nguyện cho sau này con được xuất gia sống đời phạm hạnh trong giáo pháp của đức Thích-ca Mâu-ni Như Lai, sinh tâm hoan hỉ, giống như thầy của con, sẽ trở thành vị tỳ-kheo ni giảng nói kinh điển đệ nhất, chứng đắc quả vị A-la-hán."

Do nguyện lực phát ra lúc lâm chung đến nay đã thành thục nên người phụ nữ này được xuất gia sống đời tỉnh thức trong giáo pháp của ta, sinh khởi lòng hoan hỉ đối với ta, chứng đắc quả vị A-la-hán và trở thành vị tỳ-kheo ni thuyết pháp đệ nhất trong hàng ni chúng.

Đức Phật giảng nói xong về nhân duyên đời trước của tỳ-kheo ni Cam-tạng-ca, tất cả đại chúng đều lấy làm hoan hỷ, phát khởi lòng tin sâu xa vào giáo lý nhân quả của Phật-đà.

ĐÃ KẾT HÔN

Lúc đức Thế Tôn ở thành Vương-xá, có hai nhà buôn bán lớn có quan hệ với nhau hết sức mật thiết. Họ đều cho rằng quan hệ giữa hai gia đình luôn rất hòa thuận, hy vọng về sau sẽ càng thắm thiết hơn.

Một trong hai người nói:

- Hai gia đình chúng ta quan hệ rất tốt, sau này nên tiếp tục duy trì nhé!

Người kia liền đưa ra ý kiến:

- Thế thì chúng ta nên kết tình thông gia đi!

- Làm thông gia cũng rất tốt, nhưng trước mắt chúng ta đều chưa có con cái, vậy phải làm sao?

Người kia đáp:

- Không sao cả, cho dù hiện nay chúng ta chưa có con cái, nhưng vẫn có thể giao ước với nhau trước vậy. Nếu sau này tôi sinh con gái, anh con trai, thì tôi sẽ gả con gái cho con trai của anh; còn ngược lại, nếu tôi sinh con trai, anh sinh con gái, thì anh sẽ gả con gái cho con trai của tôi.

Hai người lái buôn giao ước như vậy rồi, cả hai đều lấy làm hài lòng, hết sức vui vẻ.

Không lâu sau, vợ của một người lái buôn mang thai, sau 9 tháng sinh hạ một đứa con trai kháu khỉnh, người nhà tổ chức ăn mừng ngày sinh của cậu bé rất long trọng, đặt cho cậu một cái tên rất đẹp, và nuôi dưỡng bằng đủ các loại thực phẩm tốt nhất như sữa tươi, sữa chua, khô dầu...

Mấy ngày sau đó, vợ của người lái buôn kia sau 9 tháng mang thai cũng sinh hạ được một bé gái xinh đẹp, cha mẹ em cũng tổ chức lễ ăn mừng rất lớn, chọn cho em bé một cái tên rất đẹp, và em cũng được nuôi dưỡng bằng các loại thực phẩm tốt nhất như sữa tươi, sữa chua, khô dầu...

Sau khi cô bé lớn lên, sinh khởi tín tâm rất lớn đối với giáo pháp giải thoát của đức Thích-ca Mâu-ni Thế Tôn, rất muốn xuất gia sống đời tỉnh thức, nhưng cha cô không đồng ý.

Cô khẩn khoản thưa với cha mẹ:

- Thưa cha mẹ! Cha mẹ không nên cản trở việc con xuất gia. Đối với thế gian này con đã sớm chán lìa, không còn gì tham luyến. Cuộc sống thế tục đối với con không còn có ý nghĩa gì cả.

Cha mẹ cô ôn tồn giải thích:

- Sở dĩ cha mẹ không đồng ý cho con xuất gia là vì trước khi con chào đời cha đã hứa gả con cho con trai của người lái buôn bạn cha rồi. Nếu đồng ý cho con xuất gia, cha mẹ sẽ trở thành những người thất hứa, không giữ chữ tín.

Cha mẹ cô một mặt từ chối không cho cô xuất gia, một mặt sai người đến báo ngay cho nhà trai biết:

- Con gái chúng tôi muốn xuất gia, anh chị hãy chọn ngày lành tháng tốt cử hành hôn lễ ngay đi!

Phía nhà trai nghe vậy rất vui mừng, liền sửa soạn cho con trai đến đón dâu, vả lại còn cử hành hôn lễ thật long trọng theo phong tục thời đó.

Sau khi kết hôn không được mấy ngày, cô dâu chạy trốn khỏi nhà chồng, đến nơi trú ngụ của ni chúng, xin thọ giới tỳ-kheo ni. Thầy của cô truyền dạy giáo pháp giải thoát thích hợp với căn cơ của cô, và nhờ cô hết lòng tinh tấn nỗ lực tu tập nên chẳng bao lâu đã phá trừ được hết phiền não trong Ba cõi, chứng đắc quả vị A-la-hán, đầy đủ các loại thần thông và thần biến, chúng thiên nhân đều hết lời ca ngợi công đức của cô.

Sau khi chồng cô biết được, cho rằng cô vẫn chưa xuất gia thọ giới, liền dẫn theo nhiều người tức tốc đến chỗ ở của ni chúng định bắt cô trở về. Đến nơi, thấy cô đã cạo tóc, đắp ca-sa, đang tham thiền nhập định. Người chồng xông vào kéo mạnh tay cô, bằng mọi cách phải bắt trở về. Trong nháy mắt, cô liền bay thẳng lên hư không, thị hiện các loại thần biến, như sấm chớp, mưa đá, ánh sáng...

Chồng cô và những người đi theo thấy cô đã thành tựu được như vậy thì rất vui mừng, cầu xin một cách cung kính:

- Xin hãy xuống đi! Xin sư cô từ bi thương xót chúng tôi là những chúng sinh đang trầm luân trong sinh tử luân hồi.

Lúc đó, tỳ-kheo ni mới hạ xuống mặt đất, người chồng cũ tiến đến cung kính đảnh lễ, xin sư cô truyền dạy phương pháp giải thoát của Phật-đà. Sư cô quán xét căn cơ, truyền dạy giáo pháp thích hợp cho anh ta. Ngay khi ấy, anh ta phá trừ kiến giải Tát-ca-da, chứng quả Dự lưu.

Sau khi chứng quả, anh cũng muốn xuất gia. Được cha mẹ đồng ý, anh liền trở thành tỳ-kheo. Nhờ tinh tấn tu trì nên chẳng bao lâu thầy đã phá trừ được phiền não trong Ba cõi, chứng đắc quả vị A-la-hán, đầy đủ các loại thần thông và thần biến, chúng thiên nhân đồng thanh ca ngợi công đức của thầy.

Chúng tỳ-kheo biết được câu chuyện này liền đến thưa hỏi đức Như Lai:

- Kính bạch đức Thế Tôn! Do nhân duyên gì mà vị tỳ-kheo ni đó kết hôn xong rồi mới xuất gia, lại được chứng đắc quả vị A-la-hán? Cúi xin đức Thế Tôn từ bi giảng nói cho chúng con được rõ.

Đức Như Lai từ hòa nói với chúng tỳ-kheo:

- Đây là do nguyện lực đời trước của cô ấy. Trong Hiền kiếp này, vào lúc đức Phật Ca-diếp còn tại thế, tuổi thọ con người là 20.000 tuổi, có người con gái của một vị thí chủ, lúc đầu có cuộc sống rất hạnh phúc với chồng, sau đó phát khởi lòng tin lớn đối với Đức Phật và giáo pháp giải thoát của Ngài, quyết lòng xuất gia sống đời tỉnh thức. Nhưng chồng cô vẫn một mực không chấp thuận. Thế là cô thuyết pháp giáo hóa chồng, khiến cho sau đó chồng cô cũng xuất gia tu học. Lúc cô sắp lâm chung có phát nguyện:

"Con được xuất gia sống đời tỉnh thức trong giáo pháp giải thoát của đức Ca-diếp Như Lai, nghiêm trì tịnh giới, tuy đời này chẳng được thành tựu gì lớn lắm, song nhờ công đức ấy xin nguyện cho sau này con được sống trong giáo pháp của đức Thích-ca Mâu-ni Như Lai, sinh tâm hoan hỉ, xuất gia sống đời Phạm hạnh, phá trừ phiền não ba cõi, thành bậc A-la-hán."

Chồng cô hỏi cô phát nguyện những gì? Cô thành thật trả lời. Thế là chồng cô cũng phát nguyện:

"Nguyện cho sau này con có khả năng nương theo sự giáo hóa của cô ta, trước hết chúng con sẽ kết hôn, sau đó xuất gia sống đời tỉnh thức trong giáo pháp giải thoát của đức Thích-ca Mâu-ni Thế Tôn, phá trừ phiền não ba cõi, chứng đắc quả vị A-la-hán."

Này các tỳ-kheo! Vị tỳ-kheo ni kết hôn rồi mới xuất gia lúc đó, chính là vị tỳ-kheo ni đời này cũng kết hôn rồi mới xuất gia, sau đó chứng đắc quả vị A-la-hán; còn vị tỳ-kheo được cô giáo hóa lúc đó, chính là vị tỳ-kheo đời này đã kết hôn, rồi mới xuất gia chứng đắc A-la-hán. Do họ phát nguyện kết hôn trước, rồi mới xuất gia chứng quả, nay nguyện lực của họ đã thành tựu, cho nên đời này mới được sống trong giáo pháp của ta, trước kết hôn, sau đó xuất gia, cùng chứng đắc quả vị A-la-hán.

Đức Như Lai giảng giải xong, chúng tỳ-kheo hoan hỉ tin nhận, đảnh lễ Ngài rồi lui ra.

TỲ-KHEO NI PHÁP THÍ NỮ

**Đức Thế Tôn truyền giới bằng thư,
Thọ trì viên mãn tỳ-kheo ni giới.**

Lúc đức Như Lai ở thành Xá-vệ, có hai vị đại thần của quốc vương Tát-ca, một vị tên là Trì Thú, một vị tên là Tài Thí. Hai người kết giao vô cùng thân thiết, cùng giao ước sau này sẽ kết thông gia với nhau.

Không lâu sau, phu nhân của đại thần Trì Thú hạ sinh một người con trai tuấn tú, đặt tên là Tát-ca.

Sau đó, phu nhân của đại thần Tài Thí cũng hạ sinh một người con gái đoan trang xinh đẹp. Nhưng bé gái này vừa chào đời đã khóc mãi không thôi, dỗ thế nào cũng không chịu nín. Mãi đến một ngày, nhân có trưởng lão tỳ-kheo ni Ma-ha Ba-xà-ba-đề đến nhà đại thần Tài Thí thuyết pháp, chỉ trong lúc thuyết pháp em bé gái đó mới nín khóc.

Mấy lần thuyết pháp sau đó cũng như vậy, chỉ cần nghe âm thanh thuyết giảng giáo pháp giải thoát của Phật-đà là em bé gái đó mới chịu nằm yên thôi khóc.

Đại thần Tài Thí thầm nghĩ, con gái mình thích nghe Phật pháp như vậy, rất có căn lành. Hơn nữa, tên ông lại là Tài Thí, nên liền đặt tên cho em là Pháp Thí Nữ.

Sau khi Pháp Thí Nữ lớn lên, sinh khởi được tín tâm rất lớn đối với phương pháp giải thoát của đức Thích-ca Mâu-ni Thế Tôn, thường xuyên tận dụng nhân duyên cha mẹ thỉnh tăng chúng đến cúng dường để được nghe đức Như Lai thuyết pháp. Không lâu sau, cô phát tâm quay về nương tựa Ba ngôi báu, vâng theo giới luật, tinh tấn nỗ lực thực hành giáo pháp, chứng quả Bất hoàn, đầy đủ các loại thần thông và thần biến.

Cô rất muốn xuất gia sống đời tỉnh thức, liền khẩn khoản xin với cha mẹ. Cha mẹ cô khó xử vô cùng, cố giải thích với cô:

- Con à, lúc con chưa ra đời, cha đã hứa gả con cho Tát-ca, con trai đại thần Trì Thú rồi. Nếu đồng ý cho con xuất gia, cha mẹ biết ăn nói thế nào với đại thần Trì Thú đây?

Pháp Thí Nữ liền thưa với cha mẹ:

- Con đối với thế gian vốn không còn tham luyến, việc kết hôn đâu có ý nghĩa gì?

Cha mẹ cô suy nghĩ giây lát rồi nói:

- Cha mẹ không dám đồng ý với yêu cầu của con. Nếu như quả thật con muốn xuất gia, có thể cung thỉnh đức Như Lai và tăng chúng đến, cũng báo cho Tát-ca biết để cùng đến, tới lúc đó con hãy quyết định!

Đến ngày cung thỉnh tăng chúng thọ cúng, đức Như Lai và chúng tăng đắp y, ôm bát bước đi những bước khoan thai đến nhà đại thần Tài Thí. Đại thần Tài Thí đích thân dâng cơm nước ngon ngọt cúng dường. Sau khi đức Thế Tôn và chúng tăng thọ trai xong liền truyền dạy giáo pháp giải thoát phù hợp với căn cơ của họ.

Chàng trai Tát-ca sau khi được báo tin liền dẫn một số tùy tùng đến bao vây quanh nhà đại thần Tài Thí, chờ đợi Pháp Thí Nữ.

Đức Thế Tôn thuyết pháp xong trở về tinh xá, Pháp Thí Nữ cũng đi theo phía sau chư tỳ-kheo ni. Tát-ca thấy cô đi ra liền đuổi theo, định bắt trở lại. Ngay lập tức cô hiện thân bay lên không trung, thị hiện đủ các loại thần biến.

Tát-ca thấy vậy cho là vô cùng hi hữu, liền sinh khởi tín tâm, do đó ngưỡng vọng lên Pháp Thí Nữ đang ở trên hư không mà cầu xin:

- Xin cô hãy đáp xuống, từ nay cô muốn làm gì tùy ý. Nhưng xin cô hãy từ bi cứu vớt chúng tôi là những chúng sinh đang trôi lăn trong sinh tử luân hồi. Tôi đồng ý để cô xuất gia, vả lại còn muốn cúng dường cho cô nữa.

Pháp Thí Nữ liền từ trên không trung đáp xuống, truyền dạy cho Tát-ca giáo pháp giải thoát của Phật-đà. Sau khi nghe xong, Tát-ca hoan hỷ cáo từ ra về.

Pháp Thí Nữ đến kinh đường của ni chúng, thọ giới sa-di và thức-xoa-ma-na. Tiếp đó cô muốn thọ giới tỳ-kheo ni, nhưng việc thọ giới tỳ-kheo ni cần phải đến rừng Kỳ-đà, nơi chúng tăng cư ngụ. Vì tướng mạo của cô đoan trang xinh đẹp không ai sánh bằng nên có rất nhiều chàng trai luôn theo đuổi. Những người ấy nghe nói cô xuất gia, liền dùng vũ lực nhiều lần uy hiếp kinh đường của ni chúng.

Chúng tỳ-kheo ni không dám bảo đảm có thể đưa cô đến rừng Kỳ-đà an toàn, nhưng để cô ở lại trong chùa thì mỗi ngày đều có nhiều chàng trai đến quấy nhiễu, cũng rất phiền phức. Vì thế, ni chúng bèn tạm đưa cô về nhà. Tiếp đó, họ đến chỗ đức Thế Tôn, kể lại đầu đuôi sự việc và xin được Ngài chỉ dạy.

Đức Như Lai từ bi dạy:

- Trong trường hợp này, đại chúng có thể dùng phương pháp gửi thư để truyền giới.

Sau đó, Ngài bảo một đệ tử mang thư đến cho Pháp Thí Nữ, trong thư viết: "Vì có chướng ngại nghịch duyên không thể thọ giới, Thế Tôn đã chấp thuận. Nay đức Thế Tôn và chúng tăng ở rừng Kỳ-đà niệm nghi quĩ, con tại nơi đó quán tưởng cũng có khả năng được trọn đủ giới thể."

Nhân việc này, đức Như Lai chỉ dạy thêm cho chúng tăng:

- Từ nay trở đi, đại chúng có thể dùng phương thức truyền giới bằng thư. Sau này nếu có ai gặp chướng ngại nghịch duyên, có thể dùng phương thức này để giúp họ thọ giới.

Nhờ đó, tuy Pháp Thí Nữ không được thọ giới trước Phật nhưng cũng được trọn đủ giới thể tỳ-kheo ni.

Tỳ-kheo ni Pháp Thí Nữ tinh tấn nỗ lực tu tập giáo pháp giải thoát của Phật-đà, sau cùng phá trừ được phiền não trong Ba cõi, chứng đắc quả vị A-la-hán. Cô đạt đến cảnh giới tu chứng không còn phân biệt, thấy vàng và phân bò đều như nhau, hư không và bàn tay chẳng có sai khác; chư thiên đều xưng tán công đức thậm thâm vi diệu của cô.

Lúc đó, chúng tỳ-kheo bạch hỏi đức Thế Tôn:

- Kính bạch đức Thế Tôn! Nhân duyên gì mà đời này sư cô Pháp Thí Nữ được sinh vào gia đình quyền quí, sinh tâm hoan hỉ đối với Phật pháp, xuất gia sống đời tỉnh thức và chứng đắc quả vị A-la-hán? Lại vì nhân duyên gì mà được Phật chấp thuận truyền giới bằng thư? Ngưỡng mong đức Như Lai giảng nói cho chúng con được rõ.

Đức Như Lai từ hòa nhìn đại chúng, dạy rằng:

- Đây đều là do nguyện lực đời trước của sư cô ấy. Trong Hiền kiếp này, lúc đức Phật Ca-diếp còn tại thế, khi đó tuổi thọ con người lên đến 20.000 tuổi, tại vườn Lộc Dã ở Ấn Độ có một cô gái hết sức xinh đẹp. Khi lớn lên, cô phát tâm xuất gia sống đời tỉnh thức trong giáo pháp giải thoát của đức Ca-diếp Thế Tôn. Trong lúc chuẩn bị thọ giới tỳ-kheo ni, cũng gặp phải một số chướng ngại nghịch duyên. Lúc đó, đức Phật Ca-diếp từ bi chấp thuận phương thức thọ giới bằng thư cho cô, giúp cô thọ nhận giới thể. Sau đó, cô tinh tấn nỗ lực tu trì, chứng đắc quả vị A-la-hán. Sau khi chứng quả, cô hiển thị các loại thần biến, rồi nhập Niết-bàn.

Khi ấy, vị tỳ-kheo ni là thầy của cô, người đã chuyển thư cho cô, vẫn chưa được chứng quả. Vị này liền đem nhục thân của cô xây tháp, dùng các loại hoa hương, phẩm vật tốt đẹp để cúng dường. Đến khi sắp lâm chung, vị tỳ-kheo ni này phát nguyện:

"Con cả đời xuất gia sống đời tỉnh thức, nghiêm trì giới luật, tuy chẳng đạt được thành tựu gì to lớn lắm, nhưng nhờ công đức ấy cũng xin nguyện sau này được sinh trong giáo pháp của đức Thích-ca Mâu-ni Thế Tôn, trở thành vị tỳ-kheo ni được đức Như Lai đặc biệt chấp thuận truyền giới bằng thư, tiếp nhận trọn đủ giới thể, cũng giống như vị đệ tử đời này của con, vả lại còn sinh khởi tâm hoan hỉ với Phật, xuất gia sống đời tỉnh thức, chứng đắc quả vị A-la-hán."

Vị tỳ-kheo ni ấy nay chính là Pháp Thí Nữ. Bởi cô đã phát nguyện như vậy, nên nay được ở trong giáo pháp của ta xuất gia sống đời tỉnh thức, chứng quả, vả lại còn là vị tỳ-kheo ni được ta chấp thuận truyền giới bằng thư, được trọn đủ giới thể.

Chúng tỳ-kheo lại thỉnh vấn đức Như Lai:

- Kính bạch đức Thế Tôn! Vì nhân duyên gì mà đời này Pháp Thí Nữ có tướng mạo xinh đẹp, khiến cho rất nhiều nam nhân gây chướng ngại, làm cô khó khăn trong việc thọ trì Phạm hạnh? Ngưỡng mong đức Như Lai nói rõ nhân duyên đó cho chúng con tường tận.

Đức Thế Tôn ôn tồn đáp:

- Này các tỳ-kheo! Không chỉ đời này, mà đời trước mỗi khi cô ấy thọ trì tịnh giới đều bị chướng ngại nghịch duyên. Rất lâu xa về trước, có người con trai của một lái buôn cưới được người vợ rất tâm đầu ý hợp, cùng nhau hưởng thụ đời sống tốt đẹp. Suốt ngày người chồng chỉ tham luyến sắc đẹp của vợ mình, say đắm trong tình dục, không thèm để ý đến bất cứ chuyện gì.

Người lái buôn lấy làm lo lắng vì thấy con trai không lo gì đến việc buôn bán làm ăn trong gia đình, nhưng bất luận khuyên răn thế nào, đều chẳng có tác dụng. Sau đó, người lái buôn đành phải nghiêm khắc sai người con trai ấy đến một nơi rất xa để buôn bán.

Sau khi ra đi, vì quá nhớ thương vợ, anh ta liền tìm cách nhờ một vị tiên nhân bà-la-môn dùng phép thuật giúp anh thường xuyên trở về nhà sống chung với vợ mà trong nhà không ai hay biết. Không lâu sau đó, vợ anh mang thai. Nhưng rồi vị tiên nhân bà-la-môn từ chối không giúp anh nữa. Từ đó anh không thể đi về, hai vợ chồng đành bặt vô âm tín.

Khi người trong nhà biết vợ anh đã có thai, ai nấy đều sinh lòng ngờ vực. Người mẹ chồng tra hỏi một cách hung dữ:

- Con trai ta không có ở nhà, vậy rốt cuộc cái thai này là của ai?

Cô con dâu kể lại chuyện người chồng thường xuyên trở về sống chung. Nhưng cha mẹ chồng cô không ai tin được chuyện đó, liền đuổi cô ra khỏi nhà.

Từ đó cô phải lưu lạc khắp đầu đường cuối chợ. Khi cô đến một thành phố nơi đất khách quê người và chuyển dạ sinh con, quanh cô không có ai để chăm sóc cả. Lúc đó, cô đau đớn đến nỗi ngất lịm đi. Trong lúc cô hôn mê, có một con chó tên Quýnh-ba đến tha đứa bé mới sinh chạy đi mất. Khi cô tỉnh dậy liền đi khắp nơi để dò hỏi tìm kiếm đứa bé, mới biết đứa bé sau khi bị chó tha đi đã được một gia đình lái buôn trong vùng nhặt về nuôi dưỡng.

Cô thầm nghĩ, tấm thân mình rày đây mai đó, tự lo sinh sống còn chưa nổi, làm sao có khả năng nuôi dưỡng đứa con? Chi bằng tạm thời cứ để cho gia đình người lái buôn ấy nuôi dưỡng, may ra con mình còn có được cuộc sống sung sướng! Thế là, tuy lòng cô không nỡ rời xa song phải cố đè nén nỗi đau tím ruột bầm gan, quay lưng bước đi.

Ngày nọ, trong lúc cô đang đi xin ăn thì bị một tên thủ lãnh của bọn đạo tặc nhìn thấy và để ý, muốn bắt cô về làm thiếp. Cô nghĩ bụng: "Nếu mình làm vợ hắn, lương tâm nào cho phép. Mình là phụ nữ đã có chồng, chồng mình vẫn luôn nghĩ nhớ đến mình; vả lại, mình là cư sĩ đã quay về nương tựa Ba ngôi báu, phát nguyện giữ tròn năm giới cấm, nhất định không thể phạm vào việc tà dâm."

Nghĩ như vậy rồi, chờ khi trời tối cô liền hóa trang thành ma quỉ quậy phá trong phòng của tên tướng cướp, làm cho hắn sợ run cầm cập, quì xin tha mạng. Cô liền dọa hắn không được đụng vào người đàn bà vừa mới bắt về. Hắn sợ sệt rối rít vâng lời. Hôm sau, hắn liền mang bán cô vào kỹ viện.

Tại đây, vì không muốn phải rơi vào con đường ô nhục, cô đành phải tiếp tục hóa trang thành ma quỷ mỗi đêm để hù dọa các kỹ nữ, bảo họ không được ép cô tiếp khách. Các kĩ nữ đều ngỡ là ma quỷ thật nên sợ hãi vâng lời, miễn cưỡng nuôi cô trong kỹ viện mà không dám để cô tiếp khách. Thế nhưng nhiều ngày sau đó, tin đồn về việc trong kỹ viện có ma quỷ lan rộng ra ngoài, khiến cho rất nhiều khách làng chơi không còn dám đến kỹ viện đó nữa. Từ đó, việc làm ăn buôn bán bị đình trệ, suy sụp. Các kỹ nữ đều muốn tống cô đi nơi khác, nhưng lại sợ mạo phạm với ma quỷ. Vì thế, họ đành phải để cô lưu lại kỹ viện trong một thời gian khá dài.

Lúc đó, đứa con của cô cũng đã lớn lên. Mọi người đều gọi cậu là Quýnh-ba, theo tên con chó đã tha cậu ngày trước. Quýnh-ba rất thông minh, học hỏi thông đạt các môn học vấn thế gian. Sau khi cha mẹ nuôi qua đời, cậu được thừa kế gia sản, rồi do công việc làm ăn buôn bán nên cũng thường lui tới thành phố mẹ cậu đang sống.

Người mẹ không lúc nào không nhớ đến đứa con bị chó tha đi ngày trước, vẫn không ngừng dò la, theo dõi tin tức. Một hôm, nhờ bà gặp được một người cùng buôn bán với Quýnh-ba nên mẹ con mới có cơ hội nhận được nhau. Quýnh-ba lập tức đến kỹ viện rước mẹ về.

Còn người cha của Quýnh-ba, sau nhiều năm buôn bán nơi đất khách quê người đã tích lũy được một số tiền lớn, liền trở về quê nhà. Về đến nơi chỉ thấy cha mẹ ra đón chứ không thấy người vợ yêu dấu của mình đâu cả, liền hỏi cha mẹ. Cha mẹ anh liền thuật lại tường tận chuyện vợ anh ở nhà tự nhiên có thai, đã bị đuổi ra khỏi nhà. Nghe xong, người chồng tội nghiệp chỉ còn biết giậm chân kêu trời, liền nói với cha mẹ:

- Đứa con cô ấy mang trong bụng đích thật là con của con đấy mà!

Sau khi nghe biết ngọn nghành sự việc, nghĩ đến nỗi oan khuất và bất hạnh của vợ, người chồng không kiềm chế được sự thương tâm quá đỗi nên tâm trí bỗng chốc phát cuồng. Ông xé hết quần áo, bỏ nhà ra đi lang thang khắp nơi, miệng luôn lẩm bẩm: "Lang-ba em yêu! Lang-ba em yêu của anh!" Ông lang thang khắp nơi và vẫn ở trong tình trạng điên loạn nhiều năm như vậy.

Sau đó, khi nhân duyên đoàn tụ thành thục. Một hôm, ngoài cổng nhà Quýnh-ba không biết từ đâu bỗng xuất hiện một người điên, miệng luôn lẩm bẩm: "Lang-ba em yêu!"

Quýnh-ba nghe vậy liền nói cho mẹ biết:

- Không biết từ đâu bỗng xuất hiện một người điên ở trước nhà mình, luôn miệng lảm nhảm mỗi một câu: "Lang-ba em yêu."

Người mẹ ngạc nhiên nói:

- Lang-ba chính là tên của mẹ, để mẹ ra xem ông ấy có phải là cha con không.

Thế là bà vội vã chạy ra xem. Quả nhiên nhận ra người ấy chính là chồng mình. Bà liền dẫn ông ta vào nhà và nói:

- Anh ơi, Lang-ba chính là em đây!

Vừa nghe câu nói ấy, ngay tức khắc người chồng khôi phục thần trí, nhận ra được vợ. Từ đó gia đình được đoàn tụ, nỗi vui mừng đan xen với nhớ nhung, cả nhà ôm nhau khóc. Đôi vợ chồng nhiều năm cách biệt đó, cuối cùng lại được trùng phùng, cùng nhau an hưởng những năm tháng cuối đời còn lại.

Này các tỳ-kheo! Người phụ nữ đó chính là tiền thân của Pháp Thí Nữ. Pháp Thí Nữ thuở ấy hết lòng nghiêm trì cấm giới, giữ hạnh thanh tịnh, phải chịu nhiều chướng ngại nghịch duyên nhưng vẫn không thối chí. Mãi đến đời này cũng có rất nhiều người gây chướng ngại, tạo nghịch duyên cho cô.

Sau khi đức Thế Tôn kể rõ nhân duyên tiền kiếp của tỳ-kheo ni Pháp Thí Nữ, các vị tỳ-kheo đều hoan hỷ tin nhận.

CÁ VOI LỚN

Lập mưu hiểm giết hại người,
Đời đời thọ thân cá voi.

Lúc đức Như Lai ở thành Xá-vệ, Đại A-la-hán Tôn giả Mục-kiền-liên thường dùng sức thần thông hiện đến các cõi địa ngục, ngạ quỉ, súc sinh, nhân gian, thiên giới để quán sát sự an vui hay thống khổ của chúng sinh trong những cõi đó, ví dụ như sự thống khổ vì lạnh tê người, hay nóng đến cực độ, và nhiều cảnh tàn sát ở chốn địa ngục; ngạ quỉ chịu sự thống khổ vì đói khát; súc sinh chịu sự thống khổ ăn nuốt và hành hạ lẫn nhau; hoặc các nỗi khổ sinh, già, bệnh, chết ở nhân gian; cho đến nỗi thống khổ trước khi chết của chư thiên.

Quán sát như vậy xong, Tôn giả trở về nhân gian kể lại cho mọi người nghe, làm cho ai nấy đều biết được những nỗi thống khổ của chúng sinh trong các cảnh giới khác, nhờ đó liền sinh tâm chán lìa, muốn thoát ly sinh tử luân hồi.

Ngày kia, Tôn giả Mục-kiền-liên đang ở trong thành Xá-vệ, bỗng nhiên đại chúng không còn nhìn thấy thầy đâu nữa. Thì ra thầy đã bay đến một đại dương trong cõi súc sinh. Biển lớn này chia làm ba tầng:

Tầng biển thứ nhất nước sâu 28.000 do-tuần, trong đó có loài cá voi lớn, dài đến 700 do-tuần. Những con cá voi lớn này, mỗi khi đói liền há miệng ra, ngay tức khắc nước biển và toàn bộ động vật trong vùng biển đó đều bị nuốt vào bụng chúng. Khi chúng đã no liền phun nước biển trở ra. Loài cá voi lớn này chuyên ăn những sinh vật nhỏ sống trong biển để duy trì mạng sống; mà những sinh vật nhỏ bị nó ăn vào thì quay trở lại ăn nội tạng của nó để sống.

Tầng biển thứ hai nước sâu 25.000 do-tuần, cá voi lớn trong đó dài đến 1.400 do-tuần. Khi nó đói liền há miệng ra, nuốt toàn bộ sinh vật sống trong tầng biển thứ nhất.

Tầng biển thứ ba nước sâu 2.500 do-tuần, có cá voi lớn dài 2.100 do-tuần. Những con cá voi ở tầng biển này lại chuyên ăn những sinh vật ở tầng biển thứ nhất và thứ hai để sống.

Trong tầng biển thứ ba có một con cá voi rất lớn, trên thân có rất nhiều loài sinh vật biển đang ăn, cắn nó; thân thể bị xé ra thành từng mảnh từng mảnh, có mảnh lớn, mảnh nhỏ; có mảnh lớn một do-tuần, hai do-tuần; cũng có mảnh bằng một ngọn núi nhỏ... Những vết thương lớn nhỏ này làm nó phải thường xuyên đau đớn tưởng chừng như không thể chịu nổi.

Để giảm bớt sự đau đớn, cá voi ấy liền bơi vào bờ. Nhưng vì nghiệp lực nên lúc nào cũng có 500 con quỷ dạ-xoa dùng các loại binh khí, như rìu, búa... chờ sẵn để chặt, cắt thịt trên lưng nó, làm cho máu chảy thành sông... Không thể chịu nổi nữa, nó phải lặn trở lại vào biển, máu loang đỏ cả một vùng biển lớn.

Sau khi bơi trở lại biển, các loài sinh vật lớn nhỏ trong biển lại tranh nhau ăn thịt, cắn rỉa, khiến cho nó đau đớn không chịu nổi, đành phải bơi trở lại vào bờ. Nhưng khi vào bờ lại bị bọn quỷ dạ-xoa cắt xẻo...

Cứ bơi ra bơi vào mãi như vậy mà không lúc nào được tạm ngớt sự đau đớn, chịu hết thống khổ này đến thống khổ khác. Nhiều khi nó không chịu đựng được nữa phải gầm rống lên vì đau đớn.

Tôn giả Mục-kiền-liên sau khi nhìn thấy tình cảnh như vậy, liền dùng trí tuệ Thanh văn của mình, nhập Tứ thiền định để quán sát nhân duyên đời trước của con cá voi này: một đời, hai đời, ba đời...

Khi quán sát như vậy, Tôn giả Mục-kiền-liên dùng nhãn quan Thanh văn chỉ thấy được những đời trước của con cá voi này đều là súc sinh. Tôn giả biết sự quán xét như vậy của mình là chưa rốt ráo, và Tôn giả cũng biết chỉ có tuệ nhãn của đức Như Lai mới có khả năng thấu triệt không ngăn ngại. Tôn giả liền trở về thỉnh vấn Như Lai về nhân duyên đời trước của con cá voi lớn kia. Sau khi nghĩ như thế, chỉ trong nháy mắt Tôn giả đã về tới thành Xá-vệ.

Lúc đó, đức Như Lai đang thuyết giảng giáo pháp giải thoát cho rất nhiều đệ tử. Tôn giả Mục-kiền-liên nhận thấy nếu ngay lúc này thỉnh vấn đức Phật sẽ có thể làm lợi ích cho nhiều chúng sinh. Do đó, Tôn giả liền đến trước Đức Phật, cung kính chắp tay thưa hỏi:

- Kính bạch đức Thế Tôn! Con thường xuyên vào trong năm đường luân hồi để quán sát các nỗi thống khổ của chúng sinh, rồi trở về nhân gian kể lại cho mọi người nghe, giúp họ sinh khởi tâm ghê sợ, chán lìa luân hồi, đạt được lợi ích lớn. Lần này con đến bên bờ biển, thấy trong biển lớn có một con cá voi dài 2.100 do-tuần, có nhiều sinh vật lớn nhỏ tranh nhau ăn nuốt, cắn rỉa thân thể nó, đau đớn thống khổ không thể chịu nổi, do đó phải bơi vào bờ, nhưng vừa đến bờ lại có 500 quỷ dạ-xoa chực sẵn để cắt xẻo thân nó, máu chảy ra loang đỏ cả nước biển. Con thấy nó phải chịu nhiều thống khổ không chút gián đoạn như vậy, liền dùng tuệ nhãn Thanh văn quán sát nhân duyên đời trước của nó, nhưng chỉ nhìn thấy trước đó một đời, hai đời, ba đời..., vì nhãn quan của hàng Thanh văn không có khả năng quán sát được nhiều đời nhiều kiếp, chỉ thấy các đời trước của nó toàn là làm thân cá voi lớn.

Kính bạch đức Thế Tôn! Rốt cuộc con cá voi này trước đây đã gây tạo nghiệp ác gì mà phải chịu quả báo như vậy? Ngưỡng mong đức Phật từ bi nói rõ nhân duyên đó, tất cả chúng con đều rất muốn nghe.

Đức Như Lai nhìn đại chúng một lượt, rồi đáp lời Mục-kiền-liên:

- Đây đều là do nghiệp lực từ rất nhiều đời trước của nó. Vào thời đức Sơn Vương Như Lai còn trụ thế, có một vị cư sĩ phát tâm quay về nương tựa Ba ngôi báu và thọ trì năm giới cấm trong giáo pháp của đức Sơn Vương Như Lai. Một hôm, vị cư sĩ đó nói với vợ:

- Hiền thê! Nàng đã xinh đẹp lại hiền đức giỏi giang, chúng ta cũng đã có được cuộc sống hết sức sung túc hạnh phúc. Nhưng bây giờ ta đã phát tâm quay về nương tựa Ba ngôi báu và thọ trì năm giới cấm trong giáo pháp của đức Sơn Vương Như Lai, cho nên từ đây về sau chỉ có thể chăm sóc cuộc sống ăn mặc của nàng mà thôi chứ không thể có cuộc sống ái ân như trước, vì làm như vậy sẽ phạm vào giới cấm. Hay là ta cho phép nàng tìm người đàn ông khác để cùng sinh sống nhé!

Người vợ không chút do dự, bình thản đáp:

- Thưa phu quân! Chàng đã phát tâm quay về nương tựa Ba ngôi báu và thọ trì năm nguyên tắc giới cấm, thiếp cũng không muốn chung sống với người khác, do đó thiếp nguyện vẫn mãi mãi theo hầu hạ bên chàng.

Thế là, hai vợ chồng họ cùng nhau sống cuộc đời thanh tịnh.

Do nhan sắc của người vợ quá đẹp, cho nên có một vị đại thần là Đại Tị Tử rắp tâm mơ tưởng, muốn chiếm hữu nàng.

Một hôm, đại thần Đại Tị Tử dẫn theo một người, mang rất nhiều vàng bạc châu báu đến nhà vị cư sĩ, nói với chàng:

- Hôm nay có việc xin làm phiền anh! Số vàng bạc châu báu này xin nhờ anh giữ hộ vì tôi sắp phải đi gặp vua nhận nhiệm vụ, nếu mang theo bên mình e không tiện lắm, cho nên để lại đây, khi nào xong việc tôi sẽ trở lại lấy!

Vị cư sĩ rất thật thà nhận lời. Đại thần Đại Tị Tử còn cố ý chỉ vào người mình dẫn đến làm nhân chứng về việc đưa vàng bạc châu báu cho vị cư sĩ.

Qua một thời gian sau, đại thần Đại Tị Tử một mình đến nói với cư sĩ:

- Mấy hôm trước tôi có gửi vàng bạc châu báu nhờ anh giữ hộ, bây giờ cho tôi xin lại, thật cảm tạ ơn đức của anh.

Vị cư sĩ thật thà chất phác chẳng biết gì cả, bèn đem y nguyên số tiền ông ta gửi đưa trả lại, không ngờ rằng bên trong lại có uẩn khúc.

Lại qua một thời gian nữa, đại thần Đại Tị Tử dẫn người làm chứng hôm trước đến nhà cư sĩ, nói với anh:

- Hôm nay, tôi dẫn người làm chứng đến xin lại số vàng bạc châu báu gửi anh hôm trước, xin anh vui lòng trả lại cho.

Vị cư sĩ kinh ngạc hỏi:

- Cái gì? Chẳng phải tôi đã trả lại cho quan lớn rồi sao?

Đại thần Đại Tị Tử giả bộ tức giận chửi mắng:

- Không ngờ ông là người như vậy hay sao? Hôm đó, rõ ràng hai người chúng tôi có đưa cho ông một số vàng bạc châu báu, hôm nay đến lấy, chẳng những ông không trả lại, mà còn nói dối là đã trả lại rồi. Nếu đã trả rồi, sao tôi còn đến đây nữa, thật là vô lý!

Hai người họ tranh luận mãi vẫn không ngã ngũ, cuối cùng đưa nhau lên vua, thỉnh cầu quốc vương xét xử. Song, Đại Tị Tử là quan đại thần, lại có nhân chứng rõ ràng, nên vị cư sĩ thật thà cuối cùng thua kiện.

Đại thần Đại Tị Tử lợi dụng cơ hội đó dùng dây trói và đánh vị cư sĩ một cách dã man, cho đến chết, sau đó cắt thịt của cư sĩ ra thành từng miếng từng miếng, cuối cùng lấy búa chặt đầu và xương ra từng phần riêng biệt. Tuy thống khổ khôn cùng, nhưng nhờ có được năng lượng tu tập nên chàng vẫn luôn nhớ nghĩ đến Phật, Pháp, Tăng, nhờ đó được sinh về cảnh giới lành.

Sau đó, đại thần Đại Tị Tử đến nói với vợ cư sĩ:

- Tất cả những gì ta làm đều là vì muốn chiếm được nàng. Chồng nàng đã chết, vậy hãy đồng ý lấy ta nhé! Ta hứa nhất định sẽ đối xử tốt với nàng, chúng ta có thể vui vẻ sung sướng cả đời.

Lúc đó, người vợ cư sĩ cố nén nỗi căm phẫn, nói với hắn:

- Đợi thiếp hỏa táng thi thể của chồng xong, rồi chúng ta sẽ cùng chung sống.

Đương nhiên đại thần Đại Tị Tử vui vẻ đồng ý, lại giả bộ làm ra vẻ nhân từ giúp nàng đưa thi thể cư sĩ vào rừng Thi-đà hỏa táng. Chờ lúc lửa cháy dữ dội nhất, thấy hắn không để ý, nàng lao mình vào lửa đỏ chết theo chồng để thủ tiết.

Khi đó, đại thần Đại Tị Tử không những chẳng có được người phụ nữ mình thầm thương trộm nhớ và tốn nhiều công sức, ngược lại tạo ra ác nghiệp cực lớn, hối hận không kịp.

- Này các tỳ-kheo! Đại thần Đại Tị Tử thuở ấy chính là con cá voi lớn đang thọ báo ngày nay. Trước tiên nó đã phải chịu khổ báo cực lớn trong vô lượng kiếp ở địa ngục, sau đó mới chuyển sinh làm cá voi lớn, đến ngày nay vẫn còn phải thọ khổ liên tục như vậy.

Tôn giả Mục-kiền-liên liền thưa hỏi:

- Kính bạch đức Thế Tôn! Con cá voi lớn đó đến lúc nào mới có thể thoát được ác báo này?

- Sau này, vào thời đức Đạo sư thiên nhân, Như Lai, Chính Đẳng Chính Giác, Thiện Ý Thế Tôn thị hiện ra đời nó mới được chuyển sinh làm người, được xuất gia sống đời tỉnh thức trong giáo pháp của đức Thiện Ý Như Lai, chứng đắc quả A-la-hán.

Rất nhiều vị đệ tử có mặt khi ấy được nghe đức Như Lai nói rõ nhân quả như vậy, tất cả đều sinh tâm xa lìa, chán ghét, sợ hãi đối với cuộc luân hồi. Đức Thế Tôn quán sát biết trong đại chúng này có nhiều vị có thể trở thành những bậc tài ba lỗi lạc trong việc hoằng pháp lợi sinh sau này, bèn thuyết dạy những giáo pháp giải thoát thích hợp với họ. Nhờ đó, có nhiều vị đạt được Noãn, Đảnh, Nhẫn và Thế đệ nhất pháp của Gia hạnh đạo; có những vị đắc quả Dự lưu, Nhất lai, Bất hoàn, A-la-hán; có người được vương vị Kim luân; có người được giai vị Phạm thiên và Đế-thích thiên; có những vị chứng được quả vị Duyên giác; có vị gieo trồng nhân Vô thượng Bồ-đề; tất cả những người còn lại đều phát khởi niềm tin thanh tịnh, chân thật vào Ba ngôi báu và phát tâm quay về nương tựa Ba ngôi báu.

QUỶ ĐÓI LÕA HÌNH

Lúc đức Như Lai ở thành Xá-vệ, có vị A-la-hán Năng Hỉ thường xuyên dùng thần thông đi vào địa ngục, ngạ quỷ, súc sinh, nhân gian, thiên thượng, quán sát chỗ thọ khổ và vui sướng của các cõi chúng sinh ấy, như những nỗi khổ lạnh, nóng, thiêu đốt, giết hại của chúng sinh trong địa ngục; cho đến các nỗi khổ sinh, già, bệnh, chết, mong cầu mà không được, oán thù phải gặp nhau, đố kị... của người thế gian; lại còn khổ não của chư thiên lúc sắp bị chết.

Thầy tỳ-kheo Năng Hỉ đem những thống khổ mình thấy nghe trong năm đường chúng sinh kể lại cho mọi người, khiến họ sinh tâm chán ghét, xa lìa, sợ hãi sinh tử luân hồi, phát khởi lòng tin vào đạo lý nhân quả báo ứng.

Một lần nọ, tỳ-kheo Năng Hỉ đang ở thành Xá-vệ, dùng sức thần thông đến bên bờ biển nọ. Thầy thấy trên bờ biển có một con quỉ đói lõa thể, tóc tai rối bời, trần truồng, mắt mù, trong miệng, mũi có rất nhiều dòi, trùng luôn bò ra lúc nhúc, ăn thịt, uống máu; thân thể nó giống như khúc cây bị cháy xém, mùi hôi thối xông ra quanh đó đến cả do-tuần; vả lại còn bị loài chó hoang đốm đuổi theo cắn xé, làm cho thân tâm của nó thống khổ không thể chịu nổi, cho nên chạy loạn xạ, la hét ầm ĩ.

Thầy Năng Hỉ xem thấy tình cảnh như vậy, liền dùng trí tuệ thiền định Thanh văn của mình quán sát. Thì ra con quỉ đói lõa thể này vào thời đức Phật Ca-diếp còn tại thế là một vị tỳ-kheo ni có tính xấu nóng nảy, ngỗ ngáo, thường xuyên vô cớ phỉ báng chư tỳ-kheo ni và tăng chúng, làm cho rất nhiều người mất lòng tin vào Ba ngôi báu. Do nghiệp ác như thế nên đời này mới thọ ác báo như vậy.

A-la-hán Năng Hỉ thầm nghĩ: "Tuy mình cơ bản đã biết được duyên do, nhưng nếu đem chuyện này bạch lên đức Thế Tôn, thỉnh cầu Ngài chỉ dạy, thì chắc chắn sẽ có lợi ích rất lớn đối với nhiều chúng sinh." Nghĩ vậy rồi, trong nháy mắt thầy đã bay trở về thành Xá-vệ.

Lúc đó, đức Như Lai đang thuyết giảng giáo pháp giải thoát trước đại chúng. A-la-hán Năng Hỉ thấy cơ duyên rất tốt liền đến trước đức Như Lai chắp tay cung kính thưa:

- Kính bạch đức Thế Tôn! Đệ tử thường đi vào các cõi địa ngục, ngạ quỉ, súc sinh, nhân gian, thiên giới, đem những thống khổ được mắt thấy tai nghe trong sáu đường kể lại cho mọi người, hầu giúp họ sinh tâm chán ghét, xa lìa, sợ hãi sinh tử luân hồi, sinh khởi tín tâm chân thật đối với giáo lý nhân quả. Lần này, con dùng sức thần thông đến bên bờ biển, thấy một con quỷ đói tóc tai bù xù, thân như khúc cây cháy xém, hai mắt mù, miệng, mũi lúc nào cũng có loài trùng nhỏ bò ra, rúc rỉa thịt của nó; mùi hôi thối phát ra từ thân thể nó bay xa đến cả do-tuần cũng còn ngửi thấy; phía sau lại có loài chó hoang rượt theo cắn xé, vô cùng thống khổ, chẳng lúc nào được yên ổn. Kính bạch đức Thế Tôn! Chẳng hay đây là nghiệp duyên gì mà khiến nó phải chịu quả báo như vậy? Ngưỡng mong Ngài từ bi giảng nói, chúng con đều rất muốn được nghe.

Đức Như Lai từ hòa bảo thầy Năng Hỉ và đại chúng:

- Này các tỳ-kheo! Trong Hiền kiếp này, khi đức Phật Ca-diếp còn tại thế, tuổi thọ con người đến 20.000 tuổi, có một vị thí chủ sinh hạ được đứa con gái hết sức xinh đẹp, đoan chính. Gia đình tổ chức lễ ăn mừng rất lớn và long trọng, chọn tên thích hợp với dòng tộc để đặt cho em, nuôi dưỡng bằng sữa tươi và đủ các loại thực phẩm tốt nhất. Em bé lớn nhanh như hoa sen dưới hồ. Lớn lên, phát khởi lòng tin thanh tịnh vào giáo pháp giải thoát của đức Ca-diếp Thế Tôn, do đó phát tâm xuất gia sống đời tỉnh thức, siêng năng tu học tam tạng giáo điển, trở thành vị pháp sư tài ba lỗi lạc. Vị sư cô này chẳng những khuyến hóa được rất nhiều thí chủ phát tâm xây dựng kinh đường, tháp Phật, mà chính bản thân sư cô cũng thường xuyên cúng dường Đức Phật và chúng tăng.

Song, vì sư cô quá xinh đẹp, sinh ra và lớn lên trong gia đình giàu sang phú quí được nâng niu chiều chuộng từ nhỏ, lại do có tài thuyết pháp hay, nên được rất nhiều thí chủ thường xuyên cúng dường y phục và đồ dùng khác. Họ luôn vây quanh cô cung kính, hết lời ngợi khen xưng tán..., khiến cho tâm kiêu mạn của cô dần dần phát triển, ngày càng nghiêm trọng hơn.

Sau đó, sư cô phạm giới căn bản, song vẫn trực tiếp hưởng dụng tài vật và chi phí sinh hoạt của chúng tăng. Các vị tỳ-kheo ni khác thấy cô đã phạm giới căn bản mà vẫn trực tiếp hưởng thọ tài vật của tăng chúng, do đó họp chúng quyết định mời cô ra khỏi tăng đoàn.

Đối với chuyện bị mời ra khỏi tăng đoàn, cô ta hết sức tức giận, căm thù, bèn bày ra nhiều mưu kế, bịa chuyện để phỉ báng chư tỳ-kheo ni hữu học và vô học khác. Cô đi đến đâu cũng bịa đặt ra những lời như:

- Tỳ-kheo ni đó phạm vào giới này, tỳ-kheo ni kia cũng phạm vào giới này, giới này...

Lúc đó, cô ấy vô duyên vô cớ bêu xấu rất nhiều tăng ni, lại còn ác khẩu mắng chửi họ. Mặc dù phạm giới và bị trục xuất khỏi tăng đoàn, nhưng cô vẫn không chút phản tỉnh hay ăn năn nhận ra sai lầm, mà vẫn giữ nguyên tập quán xấu không thay đổi, đi đến đâu cũng nói lỗi của tăng ni với cư sĩ, song những lỗi này là do cô bịa ra chứ không hề có thật.

Tuy vậy, những lời phỉ báng bịa đặt của cô đã thực sự làm cho chúng tăng mất đi sự hòa hợp, khiến cho nhiều vị trong tăng đoàn sinh lòng nghi kị lẫn nhau, lại cũng làm cho nhiều cư sĩ tại gia sinh khởi tà kiến đối với tăng đoàn, bởi có rất nhiều người tuy không hiểu được sự việc, nhưng chỉ vì mù quáng tin theo lời bịa đặt của cô nên thối thất tín tâm đối với Ba ngôi báu, không cúng dường cho tăng chúng nữa.

Vị tỳ-kheo ni bịa chuyện phỉ báng tăng chúng thuở đó chính là con quỉ đói lõa thể ngày nay. Do ác nghiệp của sự bịa chuyện phỉ báng chư tỳ-kheo ni hữu học, vô học nên cô phải bị chuyển sinh làm quỉ đói. Lại do sự vô duyên vô cớ ác khẩu chửi mắng chư tỳ-kheo ni, cho nên trong miệng, mũi có rất nhiều trùng nhỏ bò ra cắn, rỉa. Hơn thế nữa, vì sau khi đã phá giới mà vẫn hưởng thọ tài vật của tăng chúng, cho đến vô duyên vô cớ phỉ báng chúng tăng, làm cho người cư sĩ tại gia thối thất tín tâm đối với Ba ngôi báu, nên chiêu cảm có rất nhiều chó hoang đuổi cắn không buông tha. Còn về hai mắt bị mù, là do lúc mắng chửi cô luôn trừng trừng nhìn người khác với tâm khinh miệt và đầy sân hận.

Khi đức Như Lai nói rõ nhân duyên của con quỉ đói này xong, tất cả đại chúng đang có mặt đều khởi tâm xa rời, chán ghét, sợ hãi sinh tử, chỉ muốn vượt thoát khỏi thế gian đau khổ này. Đức Thế Tôn thấy nhân duyên giáo hóa của họ đã thành thục, liền thuyết giảng giáo pháp giải thoát thích hợp với từng người.

Nghe pháp xong, có một số vị liền được Noãn, Đảnh, Nhẫn và Thế đệ nhất pháp của Gia hạnh đạo; có những vị đắc quả Dự lưu, Nhất lai, Bất hoàn, A-la-hán; có người được vương vị Kim luân; có người được giai vị Phạm thiên và Đế-thích thiên; có những vị chứng được quả vị Duyên giác; có vị gieo trồng nhân Vô thượng Bồ-đề; tất cả những người còn lại đều phát khởi niềm tin thanh tịnh, chân thật vào Ba ngôi báu và phát tâm quay về nương tựa Phật, Pháp, Tăng-già.

QUỶ ĐÓI HÌNH CỤC THỊT TRÒN

Tham lam thọ dụng của chúng tăng,
Đọa làm quỷ đói hình cục thịt.

Lúc đức Như Lai ở thành Xá-vệ, tôn giả Mục-kiền-liên thường dùng sức thần thông hiện đến các cõi địa ngục, ngạ quỉ, súc sinh, nhân gian, thiên thượng... để quán sát chỗ thọ khổ nạn của năm đường chúng sinh, ví dụ như: thống khổ vì lạnh, nóng, thiêu đốt, giết hại trong chốn địa ngục; thống khổ thương tâm đói khát của loài quỉ đói; thống khổ ăn nuốt lẫn nhau trong loài súc sinh; thống khổ của sự mong cầu mà không được, hoặc những nỗi khổ sinh, già, bệnh, chết trong loài người; cho đến nỗi khổ của chư thiên khi sắp đọa lạc.

Sau khi Tôn giả trở lại nhân gian liền đem hết những tình huống thống khổ đó kể lại tường tận cho mọi người nghe, khiến họ sinh tâm xa lìa, chán ghét, sợ hãi cảnh luân hồi sinh tử, phát khởi lòng tin tưởng tuyệt đối vào đạo lí nhân quả.

Lần nọ, Tôn giả Mục-kiền-liên đến bờ biển lớn của thế giới quỉ đói, thấy một con quỉ đói hình cục thịt tròn lớn bằng một căn phòng, không có đầu, cũng không có mắt, tai, mũi..., trên thân sinh ra rất nhiều con trùng nhỏ miệng bằng sắt, luôn cắn vào nó, làm cho nó vừa ngứa vừa đau, khó chịu vô cùng, buộc lòng phải bay lên không trung, nhưng đột nhiên xung quanh nó lửa cháy dữ dội, thiêu đốt cực kì thống khổ; song nếu quay trở lại bờ biển lại tiếp tục bị những con trùng cắn rỉa... Cứ như vậy hết bay lên rồi lại hạ xuống, thọ khổ liên tục không ngừng.

Tôn giả Mục-kiền-liên dùng trí tuệ thiền định Thanh văn của mình quán sát nhân duyên thọ báo của nó thì biết được vào thời đức Phật Ca-diếp còn tại thế, nó là một vị đại chấp sự trong tăng đoàn, nhưng đã tự tiện hưởng dụng tài vật của chúng tăng, sử dụng kinh phí sinh hoạt, tiền bạc để xây dựng chùa tháp... cho mục đích riêng của mình, lại còn mang về cho bà con, bạn bè, nếu có dư liền đốt hết sạch. Do nhân quả như vậy, sau khi chết bị đọa làm quỉ đói có hình dạng như cục thịt tròn.

Tôn giả Mục-kiền-liên tuy đã biết được nhân quả như vậy rồi, song lại thầm nghĩ: "Nếu chuyện này được bạch lên đức Thế Tôn, Ngài đem nhân duyên của con quỉ đói đó giảng nói lại cho nhiều người nghe thì sẽ được lợi ích nhiều người." Nghĩ như vậy rồi, chỉ trong khoảnh khắc Tôn giả đã bay về đến thành Xá-vệ.

Lúc đó, đức Như Lai đang thuyết giảng giáo pháp giải thoát cho rất nhiều người nghe. Tôn giả Mục-kiền-liên thấy cơ duyên này rất thích hợp, liền bước đến trước đức Thế Tôn, chắp tay cung kính bạch:

- Kính bạch đức Thế Tôn! Đệ tử thường đi vào các cõi địa ngục, ngạ quỉ, súc sinh, nhân gian, thiên giới để quán sát tất cả khổ não của chúng sinh, sau đó trở về nhân gian, đem những gì mình được thấy nghe mà giảng nói lại cho đại chúng, giúp họ sinh tâm chán ghét, xa rời, sợ hãi cảnh luân hồi, đồng thời phát khởi lòng tin mạnh mẽ vào đạo lí nhân quả.

Lần này, con đến bờ biển lớn nơi ở của quỉ đói, thấy một con quỉ đói hình cục thịt tròn lớn như căn phòng, không có đầu, cũng không có năm giác quan, lại có rất nhiều con trùng nhỏ miệng cứng như sắt theo cắn rỉa, cực kì khó chịu, nó liền bay lên không trung, nhưng vừa bay lên thì tự nhiên thân thể bị lửa dữ thiêu đốt, thống khổ muôn phần, chỉ còn cách trở lại bờ biển; nhưng vừa đáp xuống thì lại tiếp tục bị những con trùng nhỏ cắn rỉa, cứ như vậy mà liên tục thọ khổ.

Kính bạch đức Thế Tôn! Con quỷ này đã gây tạo ác nghiệp gì mà phải thọ báo ứng như vậy? Ngưỡng mong Như Lai giảng nói, chúng con rất muốn được nghe.

Đức Như Lai từ hòa nhìn khắp đại chúng một lượt rồi dạy:

- Này các tỳ-kheo! Vào thời đức Phật Ca-diếp còn tại thế, có một vị chấp sự lo việc trông nom, bảo quản tài vật, tiền công đức tu bổ chùa tháp và chi phí sinh hoạt của chúng tăng. Thầy ấy tham lam hưởng dụng cho cá nhân rất nhiều. Sau đó, thầy bị bệnh nặng không phương cứu chữa, liền lén lút đem những tiền bạc của cải do mình cất giữ đưa cho bà con, bạn bè.

Việc làm này bị người khác phát hiện được, dùng lời ái ngữ nhẹ nhàng từ ái khuyên thầy, song thầy chẳng những không sửa đổi, ngược lại còn sinh tâm sân hận, quát tháo:

- Các người lại dám ăn nói với tôi như vậy à? Tốt thôi, số tài sản này tôi không có được, thì các người cũng không ai có được!

Thầy ấy liền đốt sạch những tài vật của tăng chúng.

Do ác nghiệp này mà bị chuyển sinh làm quỉ đói. Vì tham lam hưởng dụng tài vật, tiền công đức tu bổ chùa tháp và chi phí sinh hoạt của chúng tăng nên mới biến thành quỉ đói cục thịt tròn lớn như cái phòng; vì đốt sạch tài vật của chúng tăng nên đời này thân thể tự nhiên sinh ra lửa, phải chịu thống khổ không thể chịu nổi.

Tất cả đại chúng đang có mặt sau khi nghe đức Như Lai từ bi giảng nói rõ nhân quả của con quỉ đói hình cục thịt tròn, lập tức khởi tâm chán ghét, xa rời, sợ hãi luân hồi, đồng thời khởi tâm tin tưởng kiên định vào đạo lí nhân quả.

Đức Như Lai quán xét thấy đại chúng đã có thể tiếp nhận giáo pháp giải thoát, liền thuyết giảng giáo pháp thích hợp với mỗi người. Nghe pháp xong, có một số vị đạt được Noãn, Đảnh, Nhẫn và Thế đệ nhất pháp của Gia hạnh đạo; có những vị đắc quả Dự lưu, Nhất lai, Bất hoàn, A-la-hán; có người được vương vị Kim luân; có người được giai vị Phạm thiên và Đế-thích thiên; có những vị chứng được quả vị Duyên giác; có vị gieo trồng nhân Vô thượng Bồ-đề; tất cả những người còn lại đều phát khởi lòng tin thanh tịnh, chân thật vào Ba ngôi báu, và phát tâm quay về nương tựa Phật, Pháp, Tăng-già.

LÃO GIÀ

**Trăm đời làm cha Phật không tiếp tục,
Bởi gây chướng ngại Bồ Tát đạo.**

Lúc đức Như Lai ở thành Xá-vệ, có một lần đức Như Lai đang trên đường đến vườn Kỳ-đà bỗng gặp một ông già Bà-la-môn. Ông già này vừa thấy đức Như Lai, không cầm được lòng liền gọi lớn một cách mừng rỡ:

- Con yêu của cha! Con yêu của cha!

Nói xong, ông cắm đầu chạy nhanh đến, định ôm chầm lấy đức Như Lai. Ngay tức khắc, các thầy tỳ-kheo đi phía sau vội bước tới cản lại, không cho ông làm như vậy.

Đức Như Lai từ bi bảo các vị tỳ-kheo:

- Các con không nên ngăn cản ông ấy, bằng không ông ta sẽ lập tức thổ huyết chết.

Các vị tỳ-kheo liền buông ông già ra, ông nhào đến ôm chầm lấy đức Như Lai, giống như người cha lâu ngày thương nhớ con, cuối cùng đã được gặp, miệng lắp bắp gọi:

- Con yêu của cha! Con yêu của cha!

Đức Như Lai vẫn đứng yên như vậy rất lâu. Ông già khi ấy mới nhẹ nhàng buông tay ra, tâm kích động dần dần lắng xuống, ông bình tĩnh trở lại.

Lúc đó, đức Như Lai liền thuyết giảng với ông giáo pháp giải thoát thích hợp. Ngay tức khắc, ông già này được chứng đắc quả Dự lưu.

Sau khi chứng quả, ông quỳ xuống phát nguyện với đức Như Lai:

– Con mong muốn được xuất gia trong giáo pháp của đức Như Lai, xin Ngài từ bi chấp nhận.

Đức Như Lai hoan hỷ nhận lời, lại dùng cách gọi "thiện lai tỳ-kheo" để truyền giới cụ túc cho ông.

Sau khi xuất gia sống đời tỉnh thức, ông luôn nghiêm trì giới luật, tinh tấn tu tập đúng theo Chánh pháp.

Sau đó, đức Như Lai tùy theo căn cơ của ông mà thuyết giảng những pháp giải thoát thích hợp. Ông nỗ lực tu tập tinh tấn, không bao lâu dứt trừ được hết phiền não trong Ba cõi, chứng đắc quả vị A-la-hán.

Lúc đó, chúng tỳ-kheo cung kính đảnh lễ thưa hỏi đức Như Lai:

- Kính bạch đức Thế Tôn! Trong ngàn vạn người nam từng quỳ mọp đảnh lễ Ngài, chẳng có ai cư xử với Phật giống như ông già này. Hành vi kỳ lạ của ông già này, rốt cuộc là do nhân duyên như thế nào? Ngưỡng mong đức Như Lai từ bi giảng nói cho chúng con được rõ.

Đức Như Lai từ bi nhìn khắp đại chúng một lượt rồi chậm rãi nói:

- Này các tỳ-kheo! Ông lão này đã từng làm cha của ta trong suốt 500 kiếp trước. Do tập khí đời trước còn sót lại nên mới có hành vi như vậy.

Chúng tỳ-kheo lại bạch hỏi:

- Kính bạch đức Thế Tôn! Ông lão này đã làm cha Ngài suốt 500 kiếp, vậy sao đời này lại không tiếp tục như vậy?

Đức Như Lai đáp:

- Khi ta tu hành đạo Bồ Tát, rất ưa thích sự bố thí rộng khắp, tâm xuất ly mãnh liệt, nhưng ông lão này trong suốt 500 đời đó thường không ủng hộ ta, cố ý tạo ra rất nhiều chướng ngại, nghịch duyên. Vì thế ta đã phát nguyện là sau này ông ấy sẽ không làm cha ta nữa. Ngoài ra, đức vua Tịnh-phạn, cha của ta trong đời này, trước đây đã từng phát nguyện khi ta thành Phật sẽ được làm cha ta. Do hai nhân duyên đó nên đời này ông ta không còn được làm cha ta nữa.

Các vị tỳ-kheo lại thưa hỏi:

- Kính bạch đức Thế Tôn! Vậy không biết vào đời trước vua Tịnh-phạn đã có nhân duyên phát nguyện như thế nào?

Đức Phật dạy:

- Cách đây 91 đại kiếp về trước, vào thời đức Phật Câu-lưu-tôn còn tại thế, có một người lái buôn lớn cúng dường đức Phật Câu-lưu-tôn, thấy sắc thân vàng ròng đủ 32 tướng tốt, vô cùng thù thắng trang nghiêm của đức Như Lai, ông ta liền phát nguyện:

"Do công đức cúng dường đức Phật hôm nay, nguyện cho sau này tôi sẽ có được người con giống như Đức Phật."

Người lái buôn thuở đó nay chính là vua Tịnh-phạn. Do nguyện lực ngày trước nên đời này trở thành cha của ta.

Chúng tỳ-kheo lại thưa hỏi:

- Kính bạch đức Thế Tôn! Vậy do nhân duyên gì mà ông lão Bà-la-môn đó phải chịu quả báo đời này bần cùng, mãi đến cuối đời mới gặp được đức Như Lai và xuất gia sống đời tỉnh thức?

Đức Phật dạy:

- Này các tỳ-kheo! Do nhân duyên nhiều đời gây chướng ngại cho sự bố thí rộng khắp và sinh tâm xuất ly của Đại Bồ Tát, nhất là ngăn cản sự xuất gia sống đời tỉnh thức, như vậy tạo tác không ít duyên xấu. Vì thế nên đời này ông ấy phải chịu quả báo nghèo khổ, mãi đến những năm cuối đời mới được gặp Phật, xuất gia sống đời tỉnh thức.

Các vị tỳ-kheo lại hỏi:

- Kính bạch đức Thế Tôn! Vậy do nhân duyên gì mà ông ấy khởi tâm hoan hỉ đối với Như Lai, lại xuất gia sống đời tỉnh thức trong giáo pháp giải thoát, chứng đắc quả vị A-la-hán?

Phật dạy:

- Đây đều là do nguyện lực đời trước của ông ấy, đến đời này đã thành thục. Trong Hiền kiếp này, lúc đức Phật Ca-diếp còn tại thế, tuổi thọ con người đến 20.000 tuổi, có một vị tỳ-kheo khi lâm chung phát nguyện rằng:

- Do công đức xuất gia sống đời tỉnh

thức, trọn đời giữ giới thanh tịnh, tu tập giáo pháp giải thoát của Phật-đà, nguyện cho sau này tôi sẽ được sinh trong giáo Phật của đức Thích-ca Mâu-ni Thế Tôn, khởi tâm hoan hỉ, xuất gia sống đời tỉnh thức, dứt trừ hết phiền não trong Ba cõi, chứng đắc quả vị A-la-hán.

Do nguyện lực ấy, ngày nay ông ấy được xuất gia sống đời tỉnh thức trong giáo pháp giải thoát, trở thành bậc A-la-hán.

Đại chúng tỳ-kheo nghe Phật thuyết dạy nhân duyên đời trước, thảy đều sinh tâm hoan hỷ, tin sâu giáo lý nhân quả, cung kính đảnh lễ lui ra.

MỤC LỤC

Lời thưa

Trong kinh Pháp Cú, đức Phật dạy rằng: "Pháp thí thắng mọi thí." Thực hành Pháp thí là chia sẻ, truyền rộng lời Phật dạy đến với mọi người. Mỗi người Phật tử đều có thể tùy theo khả năng để thực hành Pháp thí bằng những cách thức như sau:

1. Cố gắng học hiểu và thực hành những lời Phật dạy. Tự mình học hiểu càng sâu rộng thì việc chia sẻ, bố thí Pháp càng có hiệu quả lớn lao hơn. Nên nhớ rằng **việc đọc sách còn quan trọng hơn cả việc mua sách.**

2. Phải trân quý kinh điển, sách vở in ấn lời Phật dạy. Khi có điều kiện thì mua, thỉnh về nhà để tự mình và người trong gia đình đều có điều kiện học hỏi làm theo. Không nên giữ làm của riêng mà phải sẵn lòng chia sẻ, truyền rộng, khuyến khích nhiều người khác cùng đọc và học theo. Không nên để kinh sách nằm yên đóng bụi trên kệ sách, vì **kinh sách không có người đọc thì không thể mang lại lợi ích.**

3. Tùy theo khả năng mà đóng góp tài vật, công sức để hỗ trợ cho những người làm công việc biên soạn, dịch thuật, in ấn, lưu hành kinh sách, **để ngày càng có thêm nhiều kinh sách quý được in ấn, lưu hành.**

Thông thường, việc chi tiêu một số tiền nhỏ không thể mang lại lợi ích lớn, nhưng nếu sử dụng vào việc giúp lưu hành kinh sách thì lợi ích sẽ lớn lao không thể suy lường. Đó là vì đã giúp cho nhiều người có thể hiểu và làm theo lời Phật dạy. Mong sao quý Phật tử khắp nơi đều lưu tâm đóng góp sức mình vào những việc như trên.

- Mua thỉnh kinh sách về đọc, tự mình sẽ được rất nhiều lợi ích.

- Chia sẻ, truyền rộng bằng cách cho mượn, biếu tặng kinh sách đến nhiều người thì lợi ích ấy càng tăng thêm gấp nhiều lần.

- Đóng góp công sức, tài vật để hỗ trợ công việc biên soạn, dịch thuật, giảng giải, in ấn, lưu hành kinh sách thì công đức lớn lao không thể suy lường, vì có vô số người sẽ được lợi ích từ việc lưu hành kinh sách.